AF761554

# स्वामी विवेकानंद

## भारतातील गुरू-शिष्य परंपरेची मशाल

'विचारनियम' या बेस्टसेलर पुस्तकाचे रचनाकार

**सरश्री**

सकाळ प्रकाशन

सकाळ प्रकाशन

**Swami Vivekanand by Sirshree Tejparkhi**
First published in Marathi by Sakal Papers Pvt. Ltd.
by arrangement with Tejgyan Foundation


# स्वामी विवेकानंद

## भारतातील गुरू-शिष्य परंपरेतील मशाल

लेखक : 'विचारनियम' या बेस्टसेलर पुस्तकाचे रचनाकार
**सरश्री**

प्रथम आवृत्ती : एप्रिल २०१७

चौथी आवृत्ती : सप्टेंबर २०१८

मुखपृष्ठ : मधुमिता शिंदे

अक्षरजुळणी व मांडणी : अश्विनी महाजन

प्रकाशक : सकाळ मीडिया प्रा. लि.
५९५, बुधवार पेठ, पुणे - ४११ ००२

ISBN : 978-93-80571-35-6

संपर्क : ०२०-२४४० ५६७८/८८८८८ ४९०५०
sakalprakashan@esakal.com

*ज्यांनी स्वत:च्या बुद्धीपेक्षा गुरू-आज्ञाला अधिक महत्त्व दिले,*
*स्वत:चे अवघे जीवन जनसेवेत झोकून*
*जे समर्पित भावनेने लीन झाले,*
*अशा सर्व शिष्यांना प्रस्तुत पुस्तक समर्पित...*

# अनुक्रमणिका

# प्रस्तावना
# दोन अंश, एक सारांश

'आपण देव पाहिला आहे का?' स्वामी विवेकानंदांच्या या निरागस प्रश्नावर तेवढेच ठामपणे रामकृष्णांनी उत्तर दिले, ''जितक्या स्पष्टपणे मी तुम्हा सर्वांना पाहतोय, तितक्याच किंबहुना त्याहूनही अधिक स्पष्टपणे मी त्याला पाहत असतो.'' या निश्चयी स्वराने नरेंद्राच्या अंतर्मनात प्रचंड खळबळ माजवून दिली होती. दोघेही भिन्न प्रकृतीचे महापुरुष! परंतु या नात्याचा आगळावेगळा असा पदरही होता. कुठलीही गोष्ट अनुकूल नसताना दोन महापुरुष एकत्र यावेत यामागे नियतीची निश्चितच काहीतरी विशिष्ट योजना होती. रामकृष्णांचा अलौकिक आणि आध्यात्मिक असा समृद्ध वारसा ज्यांना लाभला, शिवाय 'मानवसेवा हीच प्रभुसेवा' या वाक्यातील दिव्यत्वाची संपन्नता ज्यांना अनुभवता आली, ते स्वामी विवेकानंद खरे तर महानच म्हणायला हवेत.

भारतभूमी म्हणजे गुरू-शिष्यांच्या मांदियाळीचे अलौकिक उदाहरण! यातील एक ठळक जोडगोळी म्हणजे श्री रामकृष्ण परमहंस आणि स्वामी विवेकानंद! स्वामी विवेकानंद म्हणजे साक्षात चैतन्यमंदिराचा कळस, तर या मंदिराचा पाया म्हणजे श्री रामकृष्ण परमहंस... खरे तर मंदिराचा पाया जितका खोल आणि भक्कम असेल, तितके ते मंदिरदेखील बळकट बनते आणि त्या बळावरच कळस चकाकत असतो. म्हणूनच श्री रामकृष्ण परमहंसांच्या उल्लेखाशिवाय स्वामी विवेकानंदांचे चरित्रलेखन अपूर्ण ठरते. कारण, रामकृष्ण परमहंस म्हणजे स्वामी विवेकानंदांच्या जीवनाचे अविभाज्य अंग! नरेंद्राचा ईश्वरशोध रामकृष्ण परमहंसांमुळे पूर्णत्वास गेला. त्यानंतरच गुरूंनी दिलेला ज्ञानरूपी वसा विश्वाच्या कानाकोपऱ्यांत पोहोचवण्यासाठी विवेकानंद सिद्ध झाले.

स्वामी विवेकानंदांचे मूळ नाव 'नरेंद्र दत्त'. लहानपणापासूनच ते साहसी स्वभावाचे आणि शोधक वृत्तीचे होते. नरेंद्र गर्भात असताना माता भुवनेश्वरीला साक्षात शिवशंकर त्यांच्या कुशीत येऊन बसल्याची दिव्य स्वप्ने पडायची.

नरेंद्र म्हणजे जणू विश्वनाथाचा (पित्याचा) अंश; तर 'राम' आणि 'कृष्ण' या महान विभूतींचा सारांश! रामकृष्ण परमहंसांचे मार्गदर्शन लाभताच नरेंद्रच्या जीवनात एक अद्‌भुत लीला सुरू झाली. वाचकहो, प्रस्तुत पुस्तकाद्वारे आपल्याला हीच लीला जाणून घ्यायची आहे. शिवाय, एका सत्यशोधकाच्या अंतर्यामी कोणकोणते गुण असायला हवेत, हेदेखील आत्मसात करायचे आहे. रामकृष्ण परमहंस म्हणजे साक्षात 'बेमिसाल गुरू', तर स्वामी विवेकानंद 'लाजवाब' शिष्याचे मूर्तिमंत उदाहरण! गुरू रामकृष्ण परमहंस सतत हृदयस्थानी, तेजस्थानी असायचे; तर शिष्य विवेकानंद प्रत्येक गोष्ट बुद्धीच्या कसोटीवर पारखून घ्यायचे. अशा प्रकारे विवेकानंद 'बुद्धिवादी' असल्याने रामकृष्णांच्या ज्ञानाचे विश्लेषण ते तर्कबुद्धीच्या आधारे करायचे. खरे तर गुरू-शिष्यांची ही अनोखी जोडी म्हणजे जणू 'हृदय आणि बुद्धी'चा अद्‌भुत संगमच!

जगाच्या इतिहासात अनेक धर्मांची साधना अनुसरणारा महात्मा आजवर झाला नाही; परंतु रामकृष्णांनी मात्र वेदान्तसार अनुभवले, इस्लामचा अनुग्रह घेतला, ख्रिस्तचरित्र वाचले, बुद्ध आणि महावीरांचा मार्गही चोखाळला. सिद्धी– चमत्कारांपासून ते सदैव दूर राहिले आणि केवळ स्वानुभवात, ईश्वरभक्तीतच लीन राहिले.

नरेंद्र 'सत्या'च्या, 'ईश्वरा'च्या शोधार्थ भटकत असताना स्वामी रामकृष्ण परमहंसांनी नरेंद्रची 'सत्या'ची तृष्णा शमवली आणि त्याला ईश्वरदर्शनही घडवले. मग नरेंद्रही गुरुचरणी समर्पित झाला. पण त्याचा हा प्रवास सहज, सरळ नक्कीच नव्हता. नरेंद्र स्वतःला 'सर्वोत्तम शिष्य' म्हणून घडवण्यासाठी सतत प्रयत्नशील असायचा. परिणामी, तो गुरूंकडून ते 'संपूर्ण ज्ञान' प्राप्त करू शकला, ज्यापासून इतर शिष्य बहुधा वंचितच राहतात.

विवेकानंदांची निरागस वृत्ती बघून एकदा रामकृष्ण म्हणाले होते, 'नरेंद्र एक दिवस सारं जग हलवून टाकेल' आणि हे त्यांचे उद्‌गार खरोखरच वास्तवात उतरले. नरेंद्र विश्वविख्यात झाला आणि रामकृष्णांची प्रतिमा घरोघरी लावली गेली. एकमेकांचे उन्नयन घडवून उभयतांना पूर्णावस्थेला नेणारा आधुनिक भारतवर्षातील हा गुरू-शिष्य स्नेह म्हणजे एक अद्वितीय नातेच!

या महान भारतीय संन्याशासाठी अवघे विश्व हीच कर्मभूमी होती. गुरूंकडून प्रेरित झालेल्या विवेकानंदांनी भारतीय संस्कृतीचा, परंपरेचा आणि धर्माचा संपूर्ण विश्वात

प्रचार केला. आपल्या ज्ञानाने आणि प्रतिभाशक्तीने त्यांनी अनेक बुद्धिवादी, तर्कवादी पंडितांनाही प्रभावित केले. याच कारणास्तव आरंभकाळातील परदेशी प्रवासांदरम्यान ते 'द इंडियन मॉन्क' या नावाने प्रसिद्ध झाले.

अत्यंत प्रतिकूल परिस्थितीतही स्वामी विवेकानंदांचे चारित्र्य शुद्ध आणि पवित्र राहिले. सदैव सूर्याप्रमाणे तेजाने झळाळत राहून संपूर्ण विश्वातील अंधकार ज्ञानप्रकाशाने दूर करण्याचा त्यांनी अतोनात प्रयत्न केला.

रामकृष्ण परमहंसांच्या महा समाधीनंतर विवेकानंदांनी त्यांच्या स्मृतिप्रीत्यर्थ 'राम कृष्ण मठ' आणि 'श्री रामकृष्ण मिशन' या दोन संस्था स्थापन केल्या. शाळा, इस्पितळे आणि सामाजिक उपक्रमांद्वारे आजही या संस्था मानवतेची सेवा करण्यासाठी कार्यरत आहेत.

'आधी तुम्ही स्वतः महान बना आणि मग इतरांनाही महान बनवा' हा संदेश देऊन त्यांनी जणू युवापिढीच्या तनामनात प्रेरणा जागृत केली. 'सत्यमार्गावर अखंड वाटचाल करा', 'फळाची अपेक्षा न करता निष्काम भावनेने सेवा करा', 'तुमचे स्नायू पोलादी बनवा; शरीर लोखंडासमान कणखर बनवा' हा स्वामीजींनी तत्कालीन युवकांना दिलेला संदेश आजच्या काळातही लागू होतो. म्हणूनच १२ जानेवारी हा त्यांचा जन्मदिवस भारतात 'राष्ट्रीय युवा दिन' म्हणून साजरा केला जातो.

स्वामीजी नेहमी म्हणत, 'निर्बलता म्हणजे पाप होय. युवकांनी नेहमी चारित्र्यबल, बाहुबल, मनोबल आणि आत्मबल या चार प्रकारच्या बलांची उपासना करायला हवी. बलवान मनुष्यच आपल्या इंद्रियांना वश करू शकतो.' खरे तर विवेकानंदांनी आपल्या मनावर विजय प्राप्त केला होता. म्हणूनच 'स्वामी' हे नामाभिधान त्यांना शोभून दिसते.

आजच्या युवापिढीचे मुख्य दुर्गुण म्हणजे तमोगुण (आळशी वृत्ती) आणि रजोगुण (अतिमहत्त्वाकांक्षा, चंचलता). या दोन दुर्गुणांमुळेच आज अनेक युवक-युवतींचे अधःपतन होत आहे. हा जणू आधुनिक युवापिढीला मिळालेला शापच होय. म्हणून युवकांनी विवेकानंदांचे जीवनचरित्र वाचून दुर्गुणांतून मुक्त होण्याचा निश्चय करायला हवा. कारण, स्वामीजींच्या जीवनचरित्रातून आजवर अनेक युवक-युवतींना स्वतःचे जीवन घडवण्याची, जीवनाला दिशा देण्याची प्रेरणा लाभली आहे. वयाच्या केवळ ३९व्या वर्षी स्वामीजींचा देहान्त झाला; पण इतक्या कमी वयात त्यांनी रामकृष्ण परमहंसांचे ज्ञान विश्वाच्या कानाकोपऱ्यांत पोहोचवले. स्वामीजींनी ज्ञानप्रसाराचे केलेले हे कार्य युगानुयुगे सर्वांच्या स्मरणात राहील.

'स्वामी विवेकानंद आणि श्री रामकृष्ण परमहंस' या दोन विभूतींना परस्परांपासून

वेगळे करताच येऊ शकत नाही. कारण या दोहोंचे स्वतंत्र अस्तित्व म्हणजे जणू अपूर्णताच! भगवान महावीरांचे परमशिष्य कोण होते, गुरू नानक आणि संत कबीर यांचे सर्वोत्तम शिष्य कोण होते, याविषयी कित्येक लोक आजही अनभिज्ञ असतील. त्याचप्रमाणे, संत कबीर आणि संत मीराबाई यांचे गुरू कोण होते, हे सांगण्यासाठी बहुतांश लोकांना त्यांच्या स्मरणशक्तीला ताण द्यावा लागेल, कारण ते प्रसिद्ध नव्हते. संत कबीरांचे गुरू 'रामानंद' आणि संत मीराबाईंचे गुरू 'संत रोहिदास' आपल्याला लगेच आठवणार नाहीत; पण मीराबाई आणि कबीर मात्र जगप्रसिद्ध झाले. त्याचप्रमाणे, गुरू नानकांचे शिष्य 'गुरू अंगद' होते, हे खूपच कमी लोकांना माहिती असेल. काही ठिकाणी गुरूंचे नाव सर्वश्रुत झाले, तर काही ठिकाणी शिष्याचे. मात्र, याबाबतीत स्वामी विवेकानंद आणि श्री रामकृष्ण परमहंस यांची जोडी अपवादच!

प्रस्तुत पुस्तकात स्वामी विवेकानंद आणि श्री रामकृष्ण परमहंस यांच्या जीवनातील काही प्रेरणादायी घटनांचा अंतर्भाव आहे. 'ज्ञान, सराव आणि परीक्षा' (टीचिंग, ट्रेनिंग ॲण्ड टेस्टिंग) या माध्यमातून गुरू शिष्याला कशा प्रकारे तासून, पारखून घेतात, याचे मूर्तिमंत उदाहरण म्हणजे प्रस्तुत पुस्तक! शिवाय, गुरू आणि शिष्य यांचे देह जरी भिन्न असले, तरी या दोन देहांतील चैतन्य एकच असते, ही महत्त्वपूर्ण, प्रगल्भ समज आपण यात प्राप्त करणार आहोत.

या पुस्तकवाचनाने आपल्या जीवनात विवेकपूर्ण आनंदाचा उदय होऊन आपल्या अंतरंगातील 'विवेकानंद' जागृत व्हावा, या शुभेच्छेसह...

**...सरश्री**

# खंड १

## एका खऱ्या साधकाची विवेकयात्रा

# १

# आरंभ एका विवेकयात्रेचा

**'उठा, जागे व्हा आणि जोपर्यंत ध्येयपूर्ती होत नाही, तोपर्यंत थांबू नका'**

मध्यरात्रीची वेळ होती.... घनघोर मेघांनी आभाळ भरून आले होते.... हा अंधार पाहून नरेंद्रला त्याच्या मनात दाटलेला अंधकार अधिकच गडद वाटू लागला होता.... आशेचा एक किरणही त्याला दिसत नव्हता.

चारही दिशांनी वादळाचे थैमान सुरू होते. अधूनमधून विजेचा लखलखाटही होत होता. नरेंद्र घराच्या दिशेने अनवाणी पावलांनी चालला होता. बाहेर वादळाचे थैमान सुरू होते आणि नरेंद्रच्या मनात विचारांचे!

नरेंद्रचे पाय चालून-चालून थकले होते. जणू ते नरेंद्रला थोडा वेळ आराम करण्याची विनवणी करत होते; पण त्याला शरीराचे भान मुळीच राहिले नव्हते. त्याचे मन एका वेगळ्याच विश्वात रममाण झाले होते.

अचानक मुसळधार पाऊस सुरू झाला आणि क्षणार्धात नरेंद्र नखशिखान्त भिजला. निर्जन रस्त्याच्या मध्यभागी तो एखाद्या पराभूत मनुष्याप्रमाणे बसला आणि दोन्ही हात जोडत ईश्वराला आर्त भावनेने पुकारू लागला, 'हे परमेश्वरा, तू मला माझ्या कोणत्या पापाची शिक्षा देतो आहेस? या जगात अनेक दुष्ट लोक आहेत; पण त्यांना सोडून तू मलाच का सजा देतो आहेस? माझ्या मनात तुझ्याविषयी असणाऱ्या आस्थेचं हेच का फळ? हाच तुझा न्याय आहे का, देवा?'

नरेंद्र भावातिरेकाने बोलत होता.... जणू दुःखाचा सागर त्याच्या नयनांतून उसळत

होता. पण काय आश्चर्य! अचानक त्याच्या अंतरंगातून एक आवाज आला.... जणू त्याच्या 'विवेका'चाच तो बुलंद ध्वनी होता. तो अंतर्ध्वनी विचारत होता, 'ज्याला सुख हवं असतं, तो कोणत्याही मार्गाने ते प्राप्त करू इच्छितो. पण आधी तू हे निश्चित कर, की तुला आयुष्यात नेमकं काय हवं आहे? पद, प्रतिष्ठा, धनसंपत्ती की सुखसुविधा?'

'होय! मला सन्मार्गाने, धर्माचरणाने कमावलेला पैसा हवा आहे.' नरेंद्रच्या तर्कबुद्धीने उत्तर दिलं.

'पण धर्माचरणाने केवळ ईश्वरप्राप्ती होते, धनप्राप्ती नाही! आता सांग, तुला खरंच ईश्वर हवा आहे की धनसंपत्ती आणि सुखसुविधाच हव्या आहेत?' अंतर्यामी जागृत झालेला विवेक त्याला विचारत होता.

'ईश्वर, ईश्वर आणि केवळ ईश्वरच! मला आता फक्त ईश्वरच हवा आहे!' नरेंद्र पूर्ण ताकदीनिशी ओरडला.

'तुला ईश्वर हवा आहे ना? मग सुख-सुविधांची मागणी करू नकोस. कारण, सांसारिक विषयसुखांत गुंतून कधीच ईश्वरप्राप्ती होत नाही. केवळ मनावर विजय प्राप्त केल्याने, तपस्येने आणि साधनेनेच ईश्वरप्राप्ती होते.' नरेंद्रच्या अंतरंगातील विवेक बोलत होता.

आता नरेंद्रच्या मनातील विचारांचे रणकंदन सरले होते. कारण त्याने ऐकला होता, 'विवेका'चा आवाज! त्याच्या मनावर दाटलेले नकारात्मक विचाररूपी मेघही विलीन झाले होते.... जीवनात व्यापून राहिलेला अंधकार नाहीसा होत होता. आकाशात दाटलेले घनघोर मेघही आता सरले होते आणि एक दिव्य अस्तित्व प्रकट झाले होते; जणू ते प्रकाशाचेच एक 'स्व'रूप असावे. नरेंद्रच्या मनातील प्रश्नांचा, विचारांचा गुंता हळूहळू सुटत होता.... सर्व शंका-कुशंकांना पूर्णविराम मिळत होता. आता त्याच्या 'विवेका'शी 'एक विशिष्ट पैलू' जोडला गेला होता.... खरे तर या पैलूमुळेच नरेंद्र गुरूंकडे आकृष्ट झाला आणि अखेरीस घडले एक रूपांतरण... 'नरेंद्र ते विवेकानंद!' त्यादिवशी सूर्याच्या पहिल्या प्रकाशकिरणाने केवळ बाह्य जगतातीलच नव्हे, तर नरेंद्रच्या मनात दडलेल्या काळोखाचाही ठाव घेतला होता. त्याचे मन जणू अंधारातून मुक्त झाले होते आणि 'विवेक'रूपी प्रकाशाने मनाचा कानाकोपरा उजळून गेला होता.

आता त्याला उमजले होते, त्याच्या जगण्याचे प्रयोजन... 'माझ्या जगण्याचे कारण काय' या प्रश्नाचे उत्तर!

विवेकचा म्हणजेच 'नरेंद्र दत्त' यांचा जन्म १२ जानेवारी १८६३ रोजी कोलकाता येथे झाला. त्यांच्या मातेचे नाव भुवनेश्वरी आणि पित्याचे नाव होते विश्वनाथ दत्त.

ते एक प्रथितयश आणि संपन्न असे वकील होते. नरेंद्रशिवाय त्यांना आणखी दोन मुले होती. विश्वनाथ दत्त यांचे वडील श्रीदुर्गाचरण यांनी ईश्वरप्राप्तीच्या अभिलाषेने गृहत्याग केला होता. कारण, नरेंद्र गर्भात वाढत असताना त्याच्यावर उत्तम गर्भसंस्कार व्हावेत, या उद्देशाने माता भुवनेश्वरी शिवशंकराची उपासना करायची; वाराणसी येथील विरेश्वराच्या कृपेने भुवनेश्वरीला गर्भधारणा झाली होती. पण त्यांच्या बाळाला वास्तवात कोणत्या संस्कारांची आवश्यकता आहे, याचा त्या वेळी त्यांना अंदाजही नव्हता. हाच नरेंद्र भविष्यात एक संन्यासी बनणार असल्याचे समजताच, त्या अस्वस्थ झाल्या. कारण त्या वेळी त्यांच्या मनात या घटनेविषयी नकारात्मक भावना होती. पण, कालांतराने त्यांनी या वास्तवाचा स्वीकार केला. इतकेच काय, तर पुत्राचे कर्तृत्व पाहून त्यांचा ऊर अभिमानाने भरून यायचा.

नरेंद्रचा जन्म १५२ वर्षांपूर्वी झाला असला, तरी भक्त नरेंद्रचा जन्म झाला तो मात्र १२७ वर्षांपूर्वी! खरे तर एकाच मनुष्याचे दोन जन्मदिन सांगितले जातात, तेव्हा त्यामागे एक गर्भितार्थ दडलेला असतो. पहिला जन्मदिन असतो तो, ज्यादिवशी त्या महामानवाचे शरीर पृथ्वीवर अवतीर्ण होते आणि दुसरा जन्मदिन तो, ज्यादिवशी त्या देहातील सर्व चुकीच्या धारणांना पूर्णविराम लाभतो, पूर्वग्रह नष्ट होतात अन् जागृत होतो 'स्व'-अनुभव! जिवंतपणीच 'याचि देही, याचि डोळा' एका नव्या जाणिवेचा जन्म होतो. यालाच म्हणतात, 'सत्-चित् आनंदा'चा जन्म! प्रस्तुत पुस्तकाद्वारे आपल्याला अशा काही अमूल्य बाबी शिकायला मिळतील, ज्या आपल्या अंतर्यामीचा 'विवेक' जागृत करतील.

# २

## बालपणीचा धाडसी नरेंद्र

**जो मनुष्य कोणत्याही सांसारिक विषयामुळे किंवा वस्तूमुळे व्याकूळ होत नाही, तोच खरा 'अमर' होय.**

नरेंद्र चंद्रकलेप्रमाणे वाढत होता, फुलत होता. चुणचुणीत आणि सुदृढ असा बालक नरेंद्र जेव्हा खोड्या करत असे, तेव्हा त्याला आवरायला दोन-दोन दायाही कमी पडायच्या. नरेंद्र इतका चंचल होता, की त्याला शांत करण्यासाठी माता भुवनेश्वरीदेवी 'शिव-शिव' म्हणत त्याच्या डोक्यावर पाणी शिंपडायच्या, तेव्हा कुठे तो शांत व्हायचा.

लहान वयात जवळपास सर्वांनाच प्राणी आणि पक्ष्यांचे आकर्षण असते. त्याचप्रमाणे नरेंद्रलाही गाय, माकड, बकऱ्या, मोर, कबुतर हे आजूबाजूला दिसणारे पशुपक्षी खूप आवडायचे. त्याचे पशुपक्ष्यांवरचे प्रेम हे त्याच्या जीवनाच्या अंतिम पर्वातही भूतदयेच्या रूपात व्यक्त झाले.

छोट्या नरेंद्रमध्ये जे गुण विकसित होत होते, त्यात त्याच्या आईचाही मोलाचा वाटा होता. वेळोवेळी आई नरेंद्रला जे उपदेश करायची, ज्या गोष्टी समजावून सांगायची, त्या नरेंद्र अमलात आणायचा. एकदा नरेंद्रने त्याच्या आईकडे तक्रार केली, की शाळेत त्याची चूक नसतानाही त्याला शिक्षा सहन करावी लागली. त्या वेळी त्याची समजूत काढत आई म्हणाली, "हे बघ बाळा, तू केवळ सत्याचीच कास धर. तुझ्या या सत्यनिष्ठेमुळे तुला आयुष्यात काही प्रसंगी अन्यायकारक आणि कटू परिणामांनाही सामोरं जावं लागेल; पण कुठल्याही परिस्थितीत तू सत्याची कास सोडू नकोस."

आईचे हे शब्द नरेंद्रने केवळ लक्षातच ठेवले नाहीत, तर अंगी बाणवले. नरेंद्र किती सत्यनिष्ठ होता, याचा पुरावा म्हणजे त्याच्या शालेय जीवनातला हा एक प्रसंग...

> शाळेत असताना एकदा नरेंद्र त्याच्या वर्गमित्रांना गोष्ट सांगत होता. सर्व मित्र गोष्ट ऐकण्यात इतके दंग झाले होते, की शिक्षक वर्गात आल्याचे कोणाच्याही लक्षात आले नाही. मग काय! शिक्षक खूपच रागावले आणि त्यांनी मुलांची अचानकपणे परीक्षा घेण्यासाठी काही प्रश्न विचारले. नरेंद्र सोडून कोणालाच त्या प्रश्नांची उत्तरे देता आली नाहीत. त्यानंतर शिक्षकांनी सर्व विद्यार्थ्यांना बाकावर उभे राहण्याची शिक्षा फर्मावली. केवळ माझ्यामुळे इतर सर्व मुलांना शिक्षा झाली, हे काही नरेंद्रला पटेना. त्यांनी शिक्षकांना सांगितले, "गुरुजी, मीच सगळ्यांना गोष्ट सांगत होतो, त्यामुळे त्यांचं तुमच्याकडे लक्षच गेलं नाही, तेव्हा मलाही शिक्षा व्हायला हवी." असे सांगून नरेंद्र स्वतःही बाकावर उभा राहिला. सत्याची ताकद कोणाचेही हृदय-परिवर्तन घडवू शकते, हेच या प्रसंगातून लक्षात येते.

कुशाग्र बुद्धीचा नरेंद्र लवकरच शिक्षकवर्गात आणि विद्यार्थ्यांमध्ये लोकप्रिय झाला. तसे नरेंद्रला सगळेच विषय आवडत; पण सुरुवातीला त्याला इंग्लिश विषयाची फारशी आवड नव्हती. विदेशी भाषा असल्यामुळे असेल; परंतु तो इंग्लिश भाषेच्या अभ्यासात मुळी रसच घेत नव्हता. मात्र, लवकरच नरेंद्रने इंग्लिश भाषेवरही प्रभुत्व मिळवले. हुशार असल्यामुळे नरेंद्रचा अभ्यास पटकन संपायचा. उरलेला वेळ तो विविध खेळ आणि कला शिकण्यात घालवायचा. लहानपणी नरेंद्रने एक नाटक कंपनी आणि एक व्यायामशाळाही सुरू केली होती. तलवार चालवणे, कुस्ती लढणे अशा वीरश्रीयुक्त खेळांमध्येही त्याने प्रावीण्य मिळवले. चंचल स्वभावामुळे नरेंद्रला लवकरच एखाद्या खेळाचा कंटाळा यायचा आणि तो नवीन खेळ शोधून काढायचा. खेळत असताना जर काही मित्रांमध्ये भांडणं झाली, तर नरेंद्र ती चातुर्याने सोडवायचा, त्यामुळे शेजाऱ्यापाजाऱ्यांमध्येही तो लोकप्रिय झाला. सर्व लोक नरेंद्रच्या सत्यनिष्ठ, साहसी स्वभावाची प्रशंसा करायचे.

नरेंद्रच्या बालपणीचे काही प्रसंग त्याच्या साहसी स्वभावाचे वर्णन करण्यासाठी पुरेसे आहेत. आपणही पुन्हा बालपण अनुभवण्यासाठी ते जरूर वाचू या. त्यातलाच एक प्रसंग...

एकदा नरेंद्र आपल्या मित्रांबरोबर ध्यानाचा खेळ खेळत होता. प्रत्येकाने साधूप्रमाणे ध्यान लावून बसायचे असा तो खेळ होता. जेव्हा नरेंद्रची ध्यान लावायची वेळ आली, तेव्हा तो एका झाडाखाली ध्यान लावून बसला. तेवढ्यात त्याच्या मित्रांच्या लक्षात आले, की एक नाग नरेंद्रसमोर फणा काढून बसलाय. मित्रांची पाचावर धारण बसली. नागाला दूर सारायची कोणाचीच हिंमत होईना. थोड्या वेळाने नरेंद्रने डोळे उघडले. पाहतो तर समोर नाग! पण समोर साक्षात नागाला पाहूनही न घाबरता नरेंद्र म्हणाला, ''मी तर आत्ता कुठे ध्यानाचा सराव करत आहे आणि तू माझ्याशी कुंडलिनीची स्पर्धा करतोस? मला ते शिकायला अजून बराच वेळ लागेल तेव्हा तू येथून जा'' नरेंद्रच्या या शब्दांनी जणू जादू केली. तो विषारी नाग शांतपणे सळसळत परत फिरला आणि गवतात शिरून दिसेनासा झाला.

लहानपणापासूनच नरेंद्रचे पशुपक्ष्यांवर विलक्षण प्रेम होते. आपण जर प्राण्यांना त्रास दिला नाही, तर तेदेखील आपल्याला इजा करणार नाहीत, यावर त्याचा विश्वास होता. त्याच्या या विश्वासामुळे आणि प्रेमामुळेच तो नाग त्याला न डसता तिथून निघून गेला असेल.

■

आणखी एका प्रसंगातून आपल्याला नरेंद्रच्या साहसी स्वभावाचा पुरावा मिळतो.

नरेंद्रच्या शेजाऱ्यांच्या अंगणात एक पिंपळाचे झाड होते. नरेंद्रला त्या झाडावर चढायला खूप आवडायचे. मात्र शेजाऱ्यांना भीती वाटायची, की नरेंद्र चुकून झाडावरून पडला आणि त्याला लागले तर... पण नरेंद्रला हे सरळ सांगितले असते तर त्याने कधीच ऐकले नसते. म्हणून शेजाऱ्यांनी शक्कल लढवली. लहान मुलांना घाबरवण्यासाठी मोठे लोक त्यांना जशी भीती दाखवतात, अगदी तशीच भीती त्यांनी नरेंद्रला घातली. शेजाऱ्यांनी त्याला सांगितले, 'या झाडावर एक ब्रह्मराक्षस राहतो आणि आपल्या झाडावर कोणी चढलेलं त्याला अजिबात आवडत नाही, तो त्याला खाऊन टाकतो. तेव्हा या झाडापासून लांबच राहिलेलं बरं.'

शेजाऱ्यांना वाटले, ब्रह्मराक्षसाच्या भीतीने तरी नरेंद्र झाडावर चढणार

नाही; पण घाबरेल तो नरेंद्र कसला! शेजारी बाहेर गेल्यावर चुणचुणीत नरेंद्र पटकन झाडावर चढला आणि ब्रह्मराक्षसाची वाट बघत झाडावरच ठिय्या देऊन बसला. पण संध्याकाळ झाली तरी ब्रह्मराक्षस काही आला नाही. बाहेर गेलेले शेजारी परत आले आणि बघतात तर काय! नरेंद्र झाडावरच बसलेला. नरेंद्र तिथूनच त्यांना विचारू लागला, ''काका, ब्रह्मराक्षस मला मारायला कधी येणार आहे? मी तर सकाळपासून त्याची वाट पाहत आहे.'' बिचाऱ्या शेजाऱ्यांनी नरेंद्रला खाली उतरवले आणि ते म्हणाले, ''बाळा, कोणाची काय हिंमत एवढ्या निडर आणि शूर मुलाला त्रास द्यायची? तुला कोणीही ब्रह्मराक्षस खायला येणार नाही. पण, मी मात्र तुला खाऊ देणार आहे. सकाळपासून उपाशी आहेस ना तू, बाळा!''

या सगळ्या प्रसंगांतून हेच दिसते, की स्वामी विवेकानंद बालपणापासूनच कुशाग्र बुद्धीचे आणि निडर स्वभावाचे होते. कुठलाही नियम, चालीरीती, परंपरा, रूढी यावर त्यांनी कधीच अंधविश्वास ठेवला नाही. ते नेहमी प्रत्येक गोष्टीमागचा अर्थ आणि कारण समजून घ्यायचा आग्रह धरत. कोणीही सांगितलेले कारण तपासून पाहत आणि बुद्धीला पटले तरच ते स्वीकारत. त्यांच्या बुद्धिवादी स्वभावाला ते कारण पटले नाही, तर तो नियम मोडायलाही ते मागेपुढे पाहत नसत.

■

नरेंद्रची बुद्धिमत्ता तर असामान्य होतीच; पण त्याचा स्वभावही धाडसी होता. नरेंद्र सहा वर्षांचा असताना एकदा मित्रांबरोबर घरी चालला होता. रस्त्याच्या कडेने चालता-चालता त्याचा एक मित्र नकळत रस्त्याच्या मधोमध गेला. तेवढ्यात एक घोडागाडी वेगाने त्याच्या दिशेने येत असलेली त्यांनी पाहिली. ती भरधाव घोडागाडी बघून तो मित्र इतका घाबरला, की त्याला बाजूला व्हायचेही सुचले नाही. तो भीतीने गर्भगळित झाला आणि जागच्या जागी उभा राहिला. आजूबाजूच्या लोकांना वाटले, आता ती घोडागाडी नक्कीच त्या मुलाला पायदळी तुडवणार. तेवढ्यात विजेच्या वेगाने नरेंद्र तिथे पोहोचला आणि त्याने त्या मुलाला बाजूला ओढले. नरेंद्रच्या या धाडसाचे सगळ्यांनी खूप कौतुक केले. शिवाय, त्याच्या या कामगिरीचे वर्णन त्याच्या आईलाही सांगितले. आपल्या पिटुकल्या मुलाचे हे शौर्य पाहून भुवनेश्वरीदेवींच्या

डोळ्यांतून आनंदाश्रू ओघळले. नरेंद्रला छातीशी कवटाळत त्या म्हणाल्या, "देव करो आणि तुला नेहमी अशीच सगळ्यांना मदत करायची सुबुद्धी होवो."

त्याच्या सद्गुणांचे नरेंद्रच्या आईला जसे कौतुक वाटायचे, तशी त्याच्या खोड्यांनी ती हैराणही व्हायची. नरेंद्र दंगामस्ती करू लागताच, ती म्हणायची, "मी तर शिवशंकराला माझ्या पोटी जन्म घ्यायला सांगितलं होतं; पण त्यांनी बहुधा आपल्या भूतनाथाला पाठवलेलं दिसतंय."

नरेंद्र चंचल असण्यामागचे मुख्य कारण म्हणजे त्याचा रजोगुण. जी मुलं रजोगुणी असतात, त्यांना एके ठिकाणी शांत बसणे अशक्य असते. त्यांना सतत काहीतरी नावीन्य हवे असते. नरेंद्र रजोगुणी होता; पण घरात जेव्हा कुठलीही पूजा, जप-तप किंवा रामायण, महाभारत इत्यादींवर चर्चा चालायची, तेव्हा मात्र तो अगदी शांत व्हायचा. त्याचे सगळे लक्ष त्या पूजेवर किंवा चर्चेवर केंद्रित व्हायचे. लक्षपूर्वक तो सगळ्या गोष्टी पाहत किंवा ऐकत असे. नरेंद्रमध्ये हा अचानक झालेला बदल पाहून सर्वांना आश्चर्य वाटायचे. नरेंद्र इतके शांत बसू शकतो, इतक्या लहान वयात ध्यानसाधना करू शकतो, यावर त्यांचा विश्वासच बसत नसे. त्या वेळी लोकांना हे ठाऊक नव्हते, की भविष्यातल्या दिव्य गोष्टींचीच ही तयारी सुरू आहे. नरेंद्रमध्ये एरवी जरी रजोगुणच दिसून यायचा, तरी जेव्हा ज्ञानासंबंधींच्या चर्चा चालत, तेव्हा त्याचा सत्त्वगुणही प्रकर्षाने दिसत असे.

तुमच्यापैकी काही जणांच्या घरातही अशीच दंगामस्ती करणारी रजोगुणी मुले असतील. तेव्हा स्वामी विवेकानंदांच्या बालपणीच्या या गोष्टी वाचून तुमच्या लक्षात येईल, की अशा मुलांच्या भविष्याची फार चिंता करण्याची आवश्यकता नाही. उलट त्या मुलांचा नैसर्गिक विकास होऊ द्या. अशा वेळी हेच लक्षात ठेवा, की स्वामी विवेकानंदांनीही त्यांच्या सत्त्वगुणी वृत्तीमुळे स्वतःच्या रजोगुणांच्या नकारात्मक बाजूवर मात केली होती.

पुढच्या खंडातही आपण नरेंद्रच्या बालपणीचे काही प्रसंग पाहणार आहोत. ते वाचून तुम्हांला नक्कीच तुमच्यातील सुप्त गुण प्रकट करण्याची प्रेरणा मिळेल.

# ३

# बुद्धिमान नरेंद्र

**कोणाचीही निंदा करू नका. तुम्ही जर इतरांसाठी मदतीचा हात पुढे करू शकत असाल, तर जरूर करा; पण जर ते शक्य नसेल, तर तुमचे दोन्ही हात जोडा आणि आपल्या बांधवांना आशीर्वाद द्या. त्यांना त्यांच्या मार्गावर वाटचाल करू द्या.**

एखाद्या मनुष्याला पूर्णत: जाणून घेण्यासाठी त्याच्या संपूर्ण जीवनाचा धांडोळा घ्यावा लागतो. लहानपणी स्वामी विवेकानंद साहसी वृत्तीचे तर होतेच; पण ते तितकेच खोडकरही होते. याशिवाय त्यांच्या व्यक्तिमत्त्वाचा तितकाच महत्त्वाचा पैलू म्हणजे त्यांची अभ्यासातील हुशारी!

नरेंद्राची बुद्धी इतकी चाणाक्ष होती, की तो एकपाठी होता. म्हणूनच अत्यंत कमी वेळेत अभ्यास पूर्ण करून तो मित्रांशी गप्पागोष्टी करण्यासाठी जायचा. नरेंद्रचा हा गुण त्याच्या मित्रांची मात्र दिशाभूल करायचा. कारण तेदेखील कमी वेळेत अभ्यास आटोपायचा प्रयत्न करायचे आणि परीक्षेत कमी गुण मिळाल्याने पश्चात्ताप करत बसायचे. कारण, अल्पावधीत फार गोष्टी स्मरणात ठेवणे केवळ नरेंद्रलाच जमायचे, इतर मुलांमध्ये मात्र ही क्षमता नव्हती.

स्वामीजींची ही क्षमता पाहून भल्याभल्यांना आश्चर्य वाटायचे. रामकृष्ण परमहंसांचे शिष्यत्व पत्करल्यानंतर स्वामीजी जेव्हा अमेरिकेत गेले होते, तेव्हा त्यांच्या जीवनात घडलेली एक घटना नक्कीच वाखाणण्याजोगी आहे.

स्वामीजींना अमेरिकेतील एका सद्गृहस्थांची भेट घ्यायची होती, त्यामुळे ते निर्धारित वेळी ठरलेल्या ठिकाणी पोहोचले. पण त्या गृहस्थांना मात्र पोहोचायला थोडा विलंब झाला. त्यामुळे स्वामीजी उपलब्ध वेळ सत्कारणी लावण्यासाठी त्याठिकाणी ठेवलेले एक पुस्तक चाळू लागले. काही वेळाने ते गृहस्थ स्वामीजींना भेटण्यासाठी पोहोचले. चर्चेच्या ओघात स्वामीजी ते चाळत असलेल्या ग्रंथातील काही संदर्भ सांगू लागले. स्वामीजी सांगत असलेले संदर्भ ऐकून आश्चर्यचकित झालेला तो मनुष्य म्हणाला, ''स्वामीजी, इथे पोहोचायला मला थोडासाच विलंब झाला. मी आलो तेव्हा तर तुम्ही या ग्रंथाची काही पानं चाळत होता. तरीही तुम्ही या ग्रंथातील संदर्भांचा इतका सविस्तर उल्लेख कसा बरं करू शकलात! हे कसं शक्य आहे, स्वामीजी?'' त्या गृहस्थांना स्वामीजींनी केवळ एकाच वाक्यात उत्तर दिले, ''मनावर संयम असेल, तर कोणत्याही मनुष्यासाठी हे सहजशक्य आहे.''

खरे तर अनेक वर्षांच्या अभ्यासाने हा गुण स्वामीजींच्या व्यक्तिमत्त्वाचा एक भागच बनला होता. विद्यार्थिदशेत त्यांनी प्रत्येक विषयातील नानाविध पुस्तकांचे वाचन केले होते. कारण, वाचनाची त्यांना विलक्षण आवड होती. एकदा नरेंद्र त्याच्या वडिलांसोबत रायपूरला गेला होता. तेव्हा त्याच्याकडे बराचसा फावला वेळ असायचा. नरेंद्रचे वाचनप्रेम त्याचे वडील योग्य प्रकारे जाणत होते. त्यामुळेच त्यांनी नरेंद्रला विविध प्रकारची पुस्तके आणून दिली होती. नरेंद्रच्या वडिलांना भेटण्यासाठी रायपूरचे अनेक विद्वान पंडित यायचे. शिवाय त्यांच्यात इतिहास, तत्त्वज्ञान आणि साहित्य अशा अनेक विषयांवर चर्चा व्हायच्या. विश्वनाथ दत्त अशा सर्व चर्चांमध्ये नरेंद्रलाही स्वत:सोबत बसवायचे. नरेंद्रने बंगाली भाषेतील जवळपास सर्व प्रमुख लेखकांची पुस्तके वाचली होती; शिवाय त्यावर तो चर्चाही करायचा. नरेंद्रची विद्वत्ता पाहून चर्चेत सहभागी होणारी सर्व विद्वान मंडळी प्रभावित व्हायची. चर्चासत्रांतील नरेंद्रचे वक्तव्य ऐकून विद्वान लोक म्हणायचे, 'एक दिवस हा बालक बंगाली भाषेला वैभवशिखरावर घेऊन जाईल.' त्या विद्वानांचे हे शब्द काही वर्षांनी खरे ठरले, कारण मोठेपणी नरेंद्रने *वर्तमान भारत, परिव्राजक, भाबबार कथा* आणि *प्राच्य-पाश्चात्त्य* यांसारख्या सुप्रसिद्ध बंगाली ग्रंथांची रचना केली.

नरेंद्रच्या आयुष्यात आईवडिलांचे स्थान हे गुरूंच्या स्थानाइतकेच महत्त्वपूर्ण होते. आईवडिलांकडून लाभलेला सुसंस्कारांचा वारसा नरेंद्रला रामकृष्ण परमहंसांचा

शिष्य बनण्यासाठी कारणीभूत ठरला. माता भुवनेश्वरी तर नरेंद्रला नेहमी इतरांची मदत करण्यासाठी प्रोत्साहित करायची. परिणामी, नरेंद्रचे 'विवेकानंदा'त परिवर्तन घडले आणि त्यांनी संपूर्ण जगाला विश्वबंधुत्वाची, विश्वमानवतेची शिकवण दिली.

अशाप्रकारे माता भुवनेश्वरींच्या प्रेमपूर्ण पालनपोषणाने आणि पिता विश्वनाथ दत्त यांच्या शिस्तबद्ध, संयमशील संस्कारांनी नरेंद्र घडत होता. विश्वनाथ दत्तांचा स्वभाव जात्याच सहकार्य करण्याचा होता. आपल्या आसपास असणाऱ्या प्रत्येकाला मदत करण्यासाठी ते नेहमी तत्पर असायचे. ते स्वभावाने दयाळू आणि विशालहृदयी होते. काही लोक त्यांच्या घरी महिनोन्‌महिने राहायचे. अशा सर्वांचा खर्च विश्वनाथ दत्त स्वत: करायचे, त्यामुळे त्यांच्या घरी आर्थिक बचत कधीच होत नसे. याच कारणास्तव नरेंद्रने क्रोधित होऊन वडिलांना एकदा विचारले, ''तुम्ही तुमच्या पश्चात आमच्यासाठी काय ठेवून जाणार आहात?'' नरेंद्रच्या या प्रश्नावर वडील म्हणाले, ''त्या भिंतीवर टांगलेल्या आरशात जाऊन पाहा. मी तुमच्यासाठी काय ठेवून जाणार आहे ते!'' नरेंद्रने आरशात स्वत:चे प्रतिबिंब पाहिले आणि तो म्हणाला, ''अरेच्चा! माझ्यासाठी तर मी स्वत: भक्कम आहे. मला वडिलांनी इतकं सक्षम बनवलं आहे, की मी स्वत:ची जबाबदारी सहज पेलू शकतो.'' वडिलांना काय म्हणायचं आहे हे नरेंद्रला या एकाच प्रसंगातून समजले. त्यानंतर पुन्हा कधी त्याने वडिलांना हा प्रश्न विचारला नाही.

खरे तर विश्वनाथ दत्तांचा थाट काही औरच होता. ते जितका पैसा कमवायचे, तितकाच सुख-सुविधांपायी खर्चही करायचे. विश्वनाथ दत्त स्वत:ला एका निर्धन संन्याशाचा पुत्र म्हणवून घेत असत. त्यांची अशी धारणा होती, की निर्धन मनुष्याचा पुत्रच धनवान बनू शकतो, तर श्रीमंत मनुष्याचा पुत्र अतिलाडात वाढल्याने नंतर कंगाल होतो. असे त्यांना कधीही वाटत नव्हते, आपण इतका धनसंचय करावा, की आपली मुलं तमोगुणी होतील. पण, विश्वनाथ दत्त हे वायफळ पैसा खर्च करणारे, व्यसनी-विलासी जीवन जगणारे नव्हते. याउलट ते नेहमी सढळ हाताने खर्च करायचे. ते सम ाजात एक 'उदार दाता' या नात्याने परिचित होते. नरेंद्रसाठी तर ते आदर्श पिता होते.

एकदा रागावलेल्या नरेंद्रने माता भुवनेश्वरींसाठी काही बालसुलभ अपशब्द वापरले. आता अशा वेळी मुलाचे वडील अत्यंत कठोर भूमिका बजावतात. ते मुलावर ओरडतात किंवा प्रसंगी त्याला मारहाणही करतात. पण विश्वनाथ दत्तांनी नरेंद्रला त्याच्या चुकीची जाणीव वेगळ्याच प्रकारे करून दिली. नरेंद्र जेव्हा खेळण्यासाठी घराबाहेर पडला, तेव्हा त्यांनी त्याच्या खोलीच्या भिंतीवर 'आज नरेंद्रने आईसाठी अमुकअमुक अपशब्द वापरले' असे कोळशाने लिहून ठेवले. नरेंद्र जेव्हा खेळ पूर्ण झाल्यावर घरी परतला,

तेव्हा वडिलांनी भिंतीवर लिहिलेले शब्द त्याच्या दृष्टीस पडले आणि तो शरमला. त्यानंतर नरेंद्रने विचारपूर्वक बोलण्याचा गुण आत्मसात केला. या प्रसंगानंतर आईवडिलांविषयी त्याच्या मनात श्रद्धा निर्माण झाली.

इतरांनी त्याला हीन-दीन समजणे, कमी लेखणे किंवा थट्टा-मस्करी करणे नरेंद्रला मुळीच आवडत नसे. अशा वेळी तो क्रोधित होत असे; पण हा क्रोध इतरांच्या आकसापोटी निर्माण होत नसे, तर स्वतःच्या योग्यतेबद्दल असणाऱ्या आत्मविश्वासामुळेच येत असे.

एक चाणाक्ष विद्यार्थी असल्याने नरेंद्र शाळेत एखाद्या कुशल नेत्याप्रमाणे वावरायचा. शिवाय, तो पट्टीचा वक्तादेखील होता. एका महान वक्त्यासाठी आवश्यक असणारे सर्व गुण त्याच्या व्यक्तिमत्त्वात उपजतच होते. शालेय जीवनात त्याने केलेले एक भाषण म्हणजे त्याच्या भविष्यातील सर्वधर्मपरिषदेतील विश्वविक्रमी भाषणाची नांदीच होती.

एके दिवशी शाळेत एका शिक्षकांचा निरोप समारंभ होता. या शिक्षकांविषयी मनोगत व्यक्त करणे, हा या कार्यक्रमातील एक अत्यंत महत्त्वाचा भाग होता. पण एकही विद्यार्थी व्यासपीठावर यायचे धाडस करत नव्हता. कारण कार्यक्रमात शिक्षकांसह सुरेंद्रनाथ बॅनर्जींसारखे महान व्यक्तिमत्त्वदेखील उपस्थित होते. बॅनर्जींसमोर भाषण करण्याच्या कल्पनेनेच सर्वांच्या पोटात भीतीने गोळा यायचा. पण काही वेळाने नरेंद्र स्वतः व्यासपीठावर आला आणि त्याने इंग्लिशमधून सलग अर्धा तास मनोगत व्यक्त केले. त्याचे वक्तृत्व इतके प्रभावी आणि ओघवते होते, की विद्यार्थी आणि शिक्षकांसह सुरेंद्रनाथ बॅनर्जीदेखील अतिशय प्रभावित झाले.

अभ्यास आणि वक्तृत्व-स्पर्धांबरोबरच नरेंद्र क्रीडास्पर्धांतही अग्रेसर होता. त्याला लहानपणापासूनच कुस्तीची आवड होती. सोळाव्या वर्षी तो आखाड्यात जाऊन व्यायाम करायचा. त्याने बॉक्सिंग आणि क्रिकेट या खेळांतही पुरस्कार पटकावले होते. पुढे त्याने संगीताचा अभ्यास केला आणि सुश्राव्य भजने गाऊन इतरांकडून वाहवा मिळवली.

अशा अनेक स्पर्धांतून नरेंद्रचा आत्मविश्वास आणि मनोबल वृद्धिंगत झाले होते. परिणामी, त्याने भविष्यात संपूर्ण जगाला संदेश दिला, 'निर्बलता म्हणजे पाप होय. या दुर्गुणातून प्रत्येकाने मुक्त व्हायला हवे.' अशाप्रकारे रामकृष्ण परमहंसांच्या सान्निध्यात नरेंद्रचा संपूर्ण विकास झाला आणि ते युवकांचे प्रेरणास्रोत बनले. त्यांनी जगाला निर्भयतेचा संदेश दिला. या गुणांमुळेच ते सर्वोत्तम शिष्य आणि महामानव बनू शकले.

# ४

# साधक नरेंद्रचे लाखमोलाचे प्रश्न

**आज आपण जे काही आहोत, त्याला आपलेच विचार कारणीभूत आहेत.**
**म्हणून तुम्ही तुमच्या विचारांप्रति जागरूक राहा.**
**शब्द गौण आहेत; पण विचार मात्र दीर्घकाळ तुमच्यासोबत यात्रा करतात.**

एका गावात प्रभू श्रीरामांचे एक मंदिर होते. त्या मंदिराचा पुजारी अत्यंत श्रद्धाळू होता. तो नित्यनेमाने प्रभू श्रीरामांची पूजाअर्चा आणि सेवा करायचा. काही दिवसांनंतर त्या गावात एक वार्ता वाऱ्यासारखी पसरली. ती म्हणजे, 'पुजारीबुवांना साक्षात रामभक्त हनुमानाचं दर्शन होतं.'

सुरुवातीला त्या गावातील लोकांना ही वार्ता म्हणजे एक अफवाच वाटली. पण काही दिवसांतच ही बातमी पंचक्रोशीत पसरली आणि काय आश्चर्य! आजूबाजूच्या गावचे लोकही त्या गावात मोठ्या प्रमाणात गर्दी करू लागले. इतर गावांतील लोक इतक्या मोठ्या संख्येने येत असल्याचे पाहून गावातील लोकांना वाटू लागले, कोणी सांगावं, ही बातमी खरी असली तर! काखेत कळसा अन् गावाला वळसा, असं मुळीच व्हायला नको. आपणही याचा लाभ घ्यायलाच हवा.

'हनुमानाचं प्रत्यक्ष दर्शन घडणार' या कल्पनेनेच देवभोळ्या गावकऱ्यांच्या तनामनात उत्साह संचारला. काही गावकरी तर थेट पुजारीबुवांकडे जाऊन विचारणा करू लागले, "पुजारीबुवा, आम्ही ऐकलंय,

की तुम्हांला हनुमानाचं दर्शन घडतं म्हणे! आम्हांलाही हनुमानाचं दर्शन घ्यायची खूप इच्छा आहे. तेव्हा आम्हाला दर्शन होईल का?''

पुजारी म्हणाला, ''हो! तुम्हांला नक्कीच हनुमंताचं दर्शन घडू शकेल. पण एक गोष्ट लक्षात घ्या, जिथे रामकथेचं आयोजन होतं, केवळ तिथेच हनुमान येतात. तेव्हा लवकरात लवकर रामकथेचं आयोजन करा आणि हनुमंताचं दर्शन घ्या.'' पुजाऱ्याचे बोलणे ऐकताच गावकरी हर्षोल्हासित झाले. त्यांनी लगेच पैसे गोळा करायला सुरुवात केली आणि रामकथेच्या कार्यक्रमाची सर्व तयारीही केली. रामकथा ऐकण्यासाठी दूर-दुरून हजारो लोक त्या गावी आले.

रामभक्त हनुमानाविषयी एक आख्यायिका सांगितली जाते. ती म्हणजे, जिथे-जिथे रामकथा सांगितली जाते, तिथे हनुमान उपस्थित राहतात. कारण रामकथेचे आयोजन कुठेही होत असले, तरी तिचे श्रवण करण्याचे वरदान त्यांना प्राप्त झाले आहे. स्थळ, काळ, वेळ, वय यांसारखी कोणतीच गोष्ट त्यांना रामकथेचे श्रवण करण्यापासून रोखू शकत नाही.

पुजाऱ्याच्या सांगण्यावरून आयोजित करण्यात आलेल्या रामकथेच्या कार्यक्रमाला गरीब-श्रीमंत, साधुसंत आणि अनेक पंडित-विद्वान, महात्मे उपस्थित होते. या कार्यक्रमात सर्व उपस्थितांना प्रसादवाटपाचे कार्यही करण्यात आले. पण, कार्यक्रमस्थळाजवळच एका झाडाखाली काही कुष्ठरोगी बसले होते. ते रामकथेचे श्रवण करण्यासाठी आणि प्रसाद घेण्यासाठी खूपच आतुर झाले होते. कुष्ठरोगामुळे त्यांचे शरीर आणि चेहरा खूपच विद्रूप दिसत होता. त्यांच्यापैकी एका कुष्ठरोग्याचा चेहरा तर इतका विद्रूप होता, की पाहणाऱ्याला त्याची घृणाच वाटावी! रामकथा ऐकण्यासाठी आलेले लोक त्या विद्रूप कुष्ठरोग्याचा चेहरा पाहणेच टाळत होते.

प्रसाद वाटणाऱ्या सेवकाने जेव्हा त्या कुष्ठरोग्यांना पाहिले, तेव्हा तो त्याच्या सहकाऱ्यांना म्हणाला, ''त्या झाडाखाली बसलेली कुष्ठरोगी माणसं खूपच भुकेली दिसत आहेत. आपण त्या बिचाऱ्यांना आधी प्रसाद वाटू या.'' हे ऐकताच इतर लोक म्हणाले, ''अरे बाबा, तू वेडा झाला आहेस की काय! इथे तर पंचक्रोशीतील विद्वान-पंडित लोक उपस्थित आहेत. आधी त्या ज्ञानीजनांना प्रसाद वाटू या. शेवटी काही उरलंच, तर ते या रोग्यांना वाटून टाकू.''

शेवटी रामकथेचा कार्यक्रम संपन्न झाला. रात्रभर चाललेल्या या कार्यक्रमात सर्वांनी आनंदाने सहभाग घेतला.

पण जे लोक हनुमानाच्या दर्शनासाठी कार्यक्रमाला आले होते, ते खूपच नाराज झाले. दुसऱ्याच दिवशी थेट पुजारीबुवांच्या घरी जाऊन ते विचारणा करू लागले, ''अहो, आपणच तर म्हणाला होता, की रामकथा ऐकण्यासाठी हनुमान येतील आणि मग आम्हांला त्यांचं दर्शन घडेल. पण प्रत्यक्षात असं काहीच घडलं नाही.''

''काय सांगता! रामकथा झाली आणि हनुमंत आलेच नाहीत? अहो, हनुमान तर कधीच आले होते, पण तुम्ही त्यांना ओळखू शकला नाहीत.'' पुजारी दृढतेने म्हणाला.

''पुजारीबुवा, काल हनुमान आले होते? मग ते आम्हांला का बरं दिसले नाहीत?'' गावकऱ्यांनी मोठ्या आश्चर्यभावनेसह विचारले.

''काल हनुमान रामकथा ऐकण्यासाठी आले होते. इतकंच काय, तर ते तुमच्याकडे प्रसादही मागत होते. काल कार्यक्रमस्थळी झाडाखाली काही कुष्ठरोगी बसले होते. त्यातील सर्वात विद्रूप दिसणारा कुष्ठरोगी म्हणजे साक्षात हनुमंत होते. तुम्हांला मात्र त्याच्याकडे पाहून किळस वाटली. तुम्ही हनुमंतांना ओळखूच शकला नाहीत. आधी हनुमंतांना ओळखता यायला हवं; मगच त्यांचं दर्शन घडेल. शिवाय, त्यांच्यासारखी सेवा आपल्या हातूनदेखील होईल. अन्यथा, हनुमानाविषयी अनुमान काढण्यातच आपलं आयुष्य व्यर्थ निघून जाईल.'' पुजाऱ्याने रहस्यभेद केला.

ही कथा किती बोधप्रद आहे! विशेषतः आजच्या युवावर्गाने या कथेतून एक मौलिक बोध घ्यायला हवा. तो म्हणजे, 'संधी कोणत्याही रूपात आपल्यासमोर येऊ शकते. आपण मात्र योग्य वेळी संधी ओळखायला हवी. कारण संधी म्हणजे साक्षात ईश्वरच!' मनुष्याच्या जीवनात पदोपदी अनेक संधी येत असतात; पण बऱ्याचदा तो संधी ओळखू शकत नाही. तुम्ही जेव्हा कोणत्याही रूपात आलेली संधी ओळखू शकाल, तेव्हा खऱ्या अर्थाने सक्षम बनाल. मग तुम्ही 'अंतिम सत्य'ही जाणू शकाल.

नरेंद्रदेखील अशाच एका संधीच्या शोधात होता, कारण त्यालाही रामभक्त हनुमानाला भेटण्याची तीव्र इच्छा होती. पण एखादी गोष्ट बुद्धीला पटल्याशिवाय त्यावर मुळीच विश्वास ठेवायचा नाही, हा नरेंद्रचा स्थायीभावच होता. चिकित्सक

स्वभावामुळे त्याच्या मनात सतत काही ना काही प्रश्न निर्माण व्हायचे. खरे तर प्रश्नांमध्येच मनुष्याच्या जीवनात सकारात्मक परिवर्तन घडवण्याची ताकद असते. योग्य वेळी, योग्य ठिकाणी जर योग्य प्रश्न विचारला, तर मनुष्याला समस्येचे समाधान तर प्राप्त होतेच; शिवाय, तो मुक्तीचा आनंददेखील घेऊ शकतो. आजवर या पृथ्वीतलावर ज्यांनी योग्य प्रश्न विचारले, ते मुक्त झाले. जे प्रश्न आपल्याला संपूर्ण मुक्ती प्रदान करतात, त्यांना 'लाखमोलाचे प्रश्न' म्हणता येईल. कारण अशा प्रश्नांचे महत्त्व इतर प्रश्नांपेक्षा निश्चितच वेगळे ठरते.

आता 'लाखमोलाचा प्रश्न' हा शब्दप्रयोग करण्यामागे नेमके काय कारण आहे बरे? तसे पाहिले तर, 'योग्य प्रश्न', 'अयोग्य प्रश्न' आणि 'लाखमोलाचे प्रश्न' यातील फरक समजावा, यासाठीच इथे हा वेगळा शब्दप्रयोग करण्यात आला आहे. 'लाखमोलाचे प्रश्न' मनुष्याला मुक्ती प्रदान करतात. 'या क्षणी मी कोण आहे? (Who am I now?)' हा प्रश्न विचारताच मनुष्य चुकीच्या धारणांतून मुक्त होतो, कारण अज्ञानापोटी मनुष्य 'मी म्हणजे शरीर' या धारणेतच अडकलेला असतो. पण 'मी कोण आहे?' हा प्रश्न विचारताच तो सर्व चुकीच्या धारणांतून मुक्त होतो.

जे प्रश्न मनुष्याला योग्य मार्ग दाखवतात, त्याला सर्वोच्च पर्याय निवडण्यासाठी प्रवृत्त करतात आणि आत्मसाक्षात्काराच्या परमध्येयापर्यंत घेऊन जातात, तेच 'लाखमोलाचे प्रश्न' असतात. नरेंद्रच्या मनात लहानपणापासूनच असे लाखमोलाचे प्रश्न निर्माण व्हायचे. त्यातील काही मुख्य प्रश्न आपण विस्ताराने जाणून घेऊ या–

### माझी आणि हनुमंताची भेट होईल का?

रामायणातील जवळपास सर्व पात्रांचा देहान्त झाल्याचे वर्णन आपण वाचत-ऐकत आलो आहोत. पण रामभक्त हनुमानाचा देहान्त झाला होता की नाही, याविषयी कोणताही संदर्भ वाचायला अथवा ऐकायला मिळत नाही. नरेंद्रने जेव्हा रामायणात हनुमानाच्या चरित्राविषयी वाचले, तेव्हा त्याच्या मनात हाच लाखमोलाचा प्रश्न उमटला, 'हनुमान खरंच जिवंत असेल का? हनुमान खरंच अमर आहे का ? तसं असेल, तर तो मला भेटेल का?' पण जेव्हा 'हनुमंताला भेटणं मुळीच शक्य नाही' असे त्याला सांगण्यात आले, तेव्हा त्याने त्वरित प्रतिप्रश्न केला, 'का बरं शक्य नाही? हनुमान जर खरोखरच अमर असेल, तर त्याला नक्कीच भेटता यायला हवं.'

'जिथे रामकथेचं आयोजन केलं जातं, तिथे हनुमान नक्की येतात', हेदेखील नरेंद्रने ऐकले होते. त्यामुळे एखाद्या ठिकाणी रामकथा असल्याचे समजताच तो तिथे

जाऊन, 'रामकथा ऐकायला हनुमंत येतीलच ना? मग मला त्यांना भेटायचं आहे.' असा प्रश्न विचारायचा. या सर्व घटनांवरून लक्षात येते, की एका सत्यशोधकाची सर्व लक्षणे छोट्या नरेंद्रमध्ये पाहायला मिळत असत. लहान वयातही स्वामीजींच्या मनात सत्याविषयी विलक्षण तृष्णा होती.

एखादी गोष्ट धर्मशास्त्रात सांगितली आहे म्हणून तिच्यावर विश्वास ठेवायचा, हा नरेंद्रचा स्वभावच नव्हता, उलट कोणत्याही गोष्टीवर विश्वास ठेवण्यापूर्वी नरेंद्र ती बुद्धीच्या कसोटीवर पडताळून पाहायचा. नरेंद्रचे वडील विश्वनाथ दत्त एक प्रथितयश वकील होते. एखादा खटला जिंकताच संबंधित लोक विश्वनाथ दत्तांचे आभार मानण्यासाठी मिठाई घेऊन येत. घरातील सर्व लोक ती मिठाई खायचे; पण जर एखाद्या मुसलमान अशिलाचा खटला जिंकला आणि तो मिठाई घेऊन आला तर त्याच्या हातची मिठाई कोणीही खात नसे. तत्कालीन समाजात जात-धर्म, लिंग-पंथ या गोष्टींवरून अनेक भेदाभेद पाळले जायचे. 'मुसलमानाच्या हातून एखादा पदार्थ खाल्ल्यास आपण भ्रष्ट होऊ...' अशा गैरसमजुती जनमानसात रूढ होत्या. एके दिवशी नरेंद्रने घरातील मंडळींसमोरच मुस्लिमांनी आणलेली मिठाई मनसोक्त आस्वाद घेत खाल्ली. मात्र तो मिठाई खात असताना घरातील लोकांचे चेहरे पाहण्यालायक झाले होते. त्यांच्या चेहऱ्यावर चिंता स्पष्टपणे दिसत होती. त्यांचे प्रश्नांकित चेहरे नरेंद्रला जणू विचारत होते, 'तू मुस्लिमांनी आणलेली मिठाई कशी बरं खाऊ शकतोस?' पण नरेंद्र हे जाणत होता, की या साऱ्या मनाच्या भ्रामक समजुती आहेत, यात काहीच तथ्य नाही.

### ईश्वराला तुम्ही कधी पाहिलं आहे का?

'तीक्ष्ण बुद्धी' ही नरेंद्रला लाभलेली दैवी देणगीच असल्याने, तो नेहमी तर्कबुद्धीने विचार करायचा. जीवनप्रवासात ईश्वराचा शोध घेणारा नरेंद्र आरंभी एक 'पांथस्थ' (प्रवासी) होता, त्यानंतर तो सत्यशोधक बनला. कालांतराने हा सत्यशोधक एक 'शिष्य' बनला, पण तोही 'कच्चा' शिष्य! जेव्हा तो पक्का शिष्य बनला, तेव्हा त्याची भक्त बनण्याची तयारी सुरू झाली. थोडक्यात, 'एक चिकित्सक पांथस्थ – सत्यशोधक – कच्चा शिष्य – पक्का शिष्य – भक्त' अशा नानाविध टप्प्यांतून त्याचा प्रवास होत होता.

पांथस्थ म्हणजे प्रवासी. काही लोक पूर्णपणे बेहोशदेखील नसतात आणि पूर्णतः जागरूकही नसतात, अशांची मनोवस्था 'बेहोश' आणि 'सजग' मनुष्य या दोहोंमधील असते. असे लोक अनेक सत्संगांत जातात. कारण प्रत्येक सत्संग हे त्यांच्या प्रवासातील एक ठिकाण असते. ज्याप्रमाणे एखादा प्रवासी अनेक प्रेक्षणीय स्थळांना भेट देतो, तेथील

माहिती घेतो, शिवाय अशा स्थळांचे फोटो कॅमेऱ्याने टिपतो आणि इतरांना दाखवण्यासाठी त्याचा अल्बम बनवतो, अगदी त्याचप्रमाणे काही लोक अध्यात्म-मार्गावर वाटचाल करतात. अशा लोकांना निरनिराळ्या सत्संगांत जाऊन केवळ माहिती टिपण्यामध्ये रस असतो. नरेंद्रही अध्यात्ममार्गावर वाटचाल करताना आरंभी 'पांथस्था'च्या भूमिकेतच होता. शहरात एखादा धर्मप्रचारक येताच त्यांना भेटण्यासाठी नरेंद्र आवर्जून जात असे. नरेंद्र इतका जिज्ञासू होता, की भेटणाऱ्या प्रत्येक धर्मप्रचारकाला तो एक प्रश्न हमखास विचारायचा, 'तुम्ही कधी ईश्वराला पाहिलं आहे का?' नरेंद्र ज्या लोकांना हा प्रश्न विचारायचा, ते आश्चर्यचकित व्हायचे. कारण अशा प्रकारचा प्रश्न त्यांना यापूर्वी कोणीही विचारलेला नसे.

त्या वेळी कोलकाता शहरात अनेक ज्ञानिजन, प्रवचनकार, धर्मप्रचारक यायचे; पण एकाही विद्वानाला नरेंद्रच्या या प्रश्नाचे 'हो, मी ईश्वराला पाहिलं आहे' असे स्पष्ट उत्तर मुळीच देता आले नाही. पण तरीही नरेंद्रने धर्मप्रचारकांची भेट घेऊन त्यांना हा प्रश्न विचारणे सुरूच ठेवले. 'ईश्वराला तुम्ही कधी पाहिलं आहे का?' हा नरेंद्रच्या मनात निर्माण झालेला दुसरा लाखमोलाचा प्रश्न होय.

लाखमोलाच्या प्रश्नांची उत्तरे शोधणारे नरेंद्र कालांतराने 'ब्राह्मो समाज' या आध्यात्मिक संस्थेच्या संपर्कात आले. ते या संस्थेचे सदस्य बनले. या संस्थेत ते संगीताचा अभ्यास करायचे; शिवाय भजनही गायचे आणि एखादा धर्मप्रचारक येताच त्याला 'तुम्ही ईश्वराला पाहिलं आहे का?' हा प्रश्न हमखास विचारायचे. या प्रश्नाचे उत्तर देताना अनेकांची भंबेरी उडायची. काही धर्मप्रचारकांच्या तोंडून अवाक्षरही येत नसे, तर काही जण विषयांतर करायचे. या प्रश्नाचे उत्तर सहजासहजी कोणालाही देता येणार नाही, हे नरेंद्रला आता समजून चुकले होते.

ब्राह्मो समाजाचे सदस्य बनल्याने स्वामीजी संतुष्ट होते, असे मुळीच नाही. पण मनुष्याला जोवर एखादी गोष्ट प्राप्त होत नाही, तोवर त्याचा काहीतरी खटाटोप सुरूच असतो! स्वामीजी हे ईश्वराच्या शोधयात्रेतील असे पांथस्थ (प्रवासी) होते, जे प्रश्नाचे उत्तर शोधण्यासाठी जिथे शक्य होतं तिथे जात असत. पण प्रत्येक ठिकाणी त्यांचा हिरमोड व्हायचा. कोणत्याही धर्माचा उपासक त्यांच्या प्रश्नाचे समाधानकारक आणि स्पष्ट उत्तर देण्यासाठी असमर्थ ठरायचा, त्यामुळे नरेंद्र विषण्ण व्हायचा. तो विचार करायचा, 'या पृथ्वीवर किमान एक तरी असा मनुष्य असायला हवा, ज्याने ईश्वराला पाहिलं आहे.'

एके दिवशी त्यांची महर्षी देवेंद्रनाथ ठाकूर यांच्याशी भेट झाली. त्या वेळी देवेंद्रनाथ

नदीकिनारी एका बोटीत राहत असत. त्या बोटीतच ईश्वरसाधना आणि ध्यानसाधना करत असत. नरेंद्रला ही बातमी समजताच, तो उत्सुकतेपोटी देवेंद्रनाथांना भेटण्यासाठी निघाला. तिथे पोहोचताच त्याच्या प्रश्नांची सरबत्ती सुरू झाली. देवेंद्रनाथांनी नरेंद्रच्या अनेक प्रश्नांची उत्तरे दिली; पण तेवढ्यावर समाधान मानेल तो नरेंद्र कसला! 'मला याच प्रश्नाचं उत्तर हवं आहे, की तुम्ही देवाला पाहिलंय का?' नरेंद्रची या प्रश्नाबाबतची जिद्द पाहून देवेंद्रनाथांच्या मुखातून प्रशंसोद्गार बाहेर पडले, 'नरेंद्र, तुझ्या डोळ्यांत एका योग्याची चमक आहे. तुझ्या शरीरावर एका योगी-साधकाच्या खुणा आहेत. तू आर्त मनाने ईश्वराची प्रार्थना कर, केवळ त्याचीच साधना कर. तुला जरूर ईश्वर भेटेल.' देवेंद्रनाथांचे शब्द नरेंद्रच्या आयुष्याला नवीन वळण देणारे ठरले, कारण त्यांच्या या शब्दांनी नरेंद्र खऱ्या अर्थाने 'सत्यशोधक' बनला. त्या दिवशी अध्यात्ममार्गावर कोरडी वाटचाल करणाऱ्या एका पांथस्थाचा अंत झाला. पण उदय झाला, तो एका सत्यशोधकाचा! खरे तर आयुष्यात सद्गुरूंचे आगमन तेव्हाच होते, जेव्हा मनुष्य खऱ्या अर्थाने 'सत्यशोधक' बनतो.

सत्यशोधक बनताच नरेंद्रचे राहणीमान पूर्णतः बदलले. तो शुभ्र रंगाचे धोतर नेसू लागला आणि एका वेगळ्या भाड्याच्या घरात राहू लागला. अभ्यासात व्यत्यय येऊ नये, यासाठी नरेंद्र घरापासून दूर राहत असावा, असा घरातील लोकांचा समज झाला होता. खरे तर नरेंद्रचे वडील त्याला नेहमीच मोकळीक द्यायचे, त्यामुळेच तो हा नवीन प्रयोग करू शकला. तो योगिजनांप्रमाणे जमिनीवर झोपू लागला आणि हळूहळू सर्व सुखसुविधांचा त्याग करू लागला.

लेखन-वाचन आणि संगीताचा अभ्यास केल्यानंतर, नरेंद्र उर्वरित वेळ धार्मिक पुस्तकांच्या वाचनात व्यतीत करत असे. त्याची मित्रमंडळी भेटण्यासाठी येत, तेव्हा त्यांच्याशीदेखील तो धर्मचर्चा करत असे. थोडक्यात, देवेंद्रनाथ ठाकूर यांना भेटल्यानंतर नरेंद्रच्या जीवनाला कलाटणी मिळाली. तो अंतर्यामी ईश्वरीय अवस्था सामावण्यासाठी कसून तयारी करू लागला. आता त्याच्या आयुष्यात आवश्यकता होती ती केवळ एका सद्गुरूंचे आगमन होण्याची. कालांतराने तेदेखील त्याच्या जीवनात आले. कारण, जेव्हा ज्ञानग्रहणासाठी शिष्य तयार असतो, तेव्हा गुरूंना त्याच्या आयुष्यात यावेच लागते.

# ५

# नरेंद्रची ईश्वरप्राप्तीची तृष्णा

**तुम्ही जोपर्यंत स्वत:वर विश्वास ठेवत नाही,**
**तोपर्यंत ईश्वरावर विश्वास ठेवू शकणार नाही.**

एखादा मनुष्य जेव्हा निर्धारित प्रापंचिक ध्येय पूर्ण करण्यासाठी प्रयत्नशील असतो, तेव्हा त्याचे सर्व नातेवाईक त्याला प्रोत्साहन देतात. एखादा विद्यार्थी जेव्हा विशिष्ट कलेत प्रावीण्य प्राप्त करण्यासाठी प्रयत्नशील असतो, तेव्हा त्याचे मित्र आणि शिक्षक त्याचा उत्साह द्विगुणित करतात. तुम्ही जर 'मिस युनिव्हर्स' किंवा 'मिस्टर इंडिया'सारखी स्पर्धा जिंकण्यासाठी तयारी करत असाल, तर तुम्हांला पाठबळ देणारे, तुमच्यावर कौतुकाचा वर्षाव करणारे अनेक शुभचिंतक असतील; पण जेव्हा तुम्ही ईश्वराचा शोध घेण्यासाठी पहिले पाऊल टाकाल, तेव्हा मात्र तुम्हाला कोणीही प्रोत्साहन देणार नाही, कारण ही यात्रा एकट्यानेच पूर्ण करायची असते. नरेंद्र जेव्हा ईश्वराच्या शोधार्थ मार्गक्रमण करू लागला, तेव्हा सुरुवातीला लोकांनी त्याला अक्षरश: वेड्यात काढले. पण, या मार्गावर त्याला प्रोत्साहन देणारे एक दूरचे नातेवाईक होते. त्यांचे नाव, डॉ. रामचंद्र दत्त. ते नरेंद्रला अतिशय जवळून ओळखायचे. जणू त्यांची नरेंद्रशी मैत्रीच झाली होती.

बी.ए.ची परीक्षा दिल्यानंतर नरेंद्रच्या घरी त्याच्या विवाहाविषयी चर्चा होऊ लागली. विश्वनाथ दत्तांनी जेव्हा नरेंद्रच्या विवाहाचा गांभीर्याने विचार करायला सुरुवात केली, तेव्हा मात्र नरेंद्रने विवाहासाठी स्पष्ट नकार दर्शवला.

कारण लहानपणापासूनच नरेंद्रला विवाह-संसार या गोष्टींमध्ये किंचितही रस नव्हता. त्याला तर वेध लागले होते, 'अंतिम सत्य' जाणण्याचे! याविषयी नरेंद्रने डॉ. रामचंद्र दत्त यांच्याजवळ आपले मन मोकळे केले, ''मला मुळीच विवाह करायचा नाही, कारण मला त्याची आवश्यकताच नाही. शिवाय, विवाह माझ्या ध्येयाच्या विपरीत आहे.''

रामचंद्र दत्त, नरेंद्रचे बोलणे लक्षपूर्वक ऐकत होते. त्यांनी क्षणभर नरेंद्रकडे रोखून पाहत विचारले, ''मग नेमकं काय आहे तुझ्या जीवनाचं ध्येय? उच्चविद्याविभूषित होणं, पद-प्रतिष्ठा प्राप्त करणं, सामाजिक सुधारणा करणं, की हा देश पारतंत्र्यातून मुक्त करणं?''

''यांपैकी काहीच नाही. माझं जीवनध्येय तर एकच आहे– ईश्वराचा शोध घेणं. मला कोणतीही स्त्री 'जीवनसाथी' म्हणून नको आहे, मला तर सदैव ईश्वराचीच साथ हवी आहे. तुम्ही हे बाबांना समजावून सांगा, की प्रत्येक स्त्री माझ्यासाठी मातेसमान आहे.'' नरेंद्रच्या विचारांतली स्पष्टता आणि दृढता पाहून डॉ. रामचंद्र दत्त थक्क झाले.

''नरेंद्र, जगातील सगळेच लोक विवाह करतात. मुलंबाळं, त्यांचं पालनपोषण, नोकरी-व्यवसाय, प्रपंच हे तर सर्वांच्याच वाट्याला येतं. पण तरीही असे लोकही मंदिरात जाऊन ईश्वरभक्ती करतातच ना! ईश्वराची आराधना करून तेदेखील पुण्य कमावतात. त्यांच्याप्रमाणे तूदेखील विवाह कर आणि संसारात राहून तुझा ईश्वरशोधही सुरू ठेव.'' डॉ. रामचंद्र दत्त नरेंद्रची समजूत काढण्याकरिता म्हणाले.

''लोक मंदिरात जाऊन प्रसाद प्राप्त करतात, ईश्वर नाही! मला मात्र केवळ ईश्वरच हवा आहे. पौराणिक कथांमधील साधकांना, तपस्वींना जसं प्रत्यक्षात ईशदर्शन घडलं, तसंच मलादेखील हवं आहे. कृपा करून माझ्या भावना समजून घ्या आणि माझ्या वतीने बाबांना समजावून सांगा.''

नरेंद्रच्या या बोलण्यावर डॉ. रामचंद्र दत्त त्याच्या खांद्यावर हात ठेवून स्मितहास्य करत म्हणाले, ''तुला सांसारिक इच्छांतून मुक्त होत जर ईश्वरशोधच घ्यायचा असेल, तर तू दक्षिणेश्वरला श्री रामकृष्णांना शरण जा. केवळ तेच तुला योग्य मार्ग दाखवू शकतील. मीसुद्धा त्यांच्याकडे ज्ञान ग्रहण करण्यासाठी जात असतो.''

नरेंद्रच्या जीवनातील ही दुसरी अशी घटना, ज्यामुळे त्याच्या जीवनाला नवी दिशा मिळाली.

नरेंद्रच्या जीवनाला 'रामकृष्ण परमहंस'रूपी चित्रकाराचा स्पर्श झाला आणि साकारले एक अप्रतिम, विलोभनीय चित्र! 'नरेंद्र ते स्वामी विवेकानंद' हा प्रवास घडू शकला, तो केवळ रामकृष्ण परमहंसांसारखे सद्गुरू लाभल्यामुळेच! खरे तर लोक तेव्हाच ईश्वराचे स्मरण करतात, जेव्हा त्यांच्या जीवनात एखादी समस्या उद्भवलेली असते. पण नरेंद्रचे जीवन मात्र सुखसुविधांनी संपन्न असूनही, त्याच्या मनात ईश्वरप्राप्तीची अनिवार ओढ होती.

'आता मला केवळ सत्यच हवं आहे. आधी मी अज्ञानवश चुकीच्या गोष्टींमागे धावत होतो; पण आता मात्र मला सद्गुरूकृपेने सत्याविषयी ज्ञान प्राप्त होत आहे, तेव्हा मी सत्यप्राप्तीशिवाय मुळीच थांबणार नाही.' असा भाव साधकाच्या मनात निर्माण व्हायला हवा. साधकाच्या मनात जेव्हा सत्याविषयी अशा प्रकारचे पराकोटीचे प्रेम निर्माण होते, तेव्हा तो गुरूंबाबतच्या इतर बाह्य तपशिलात मुळीच अडकत नाही. जसे, गुरूंची वेषभूषा, त्यांचा पेहराव, त्यांचे वय इत्यादी. कारण मनात सत्याविषयी तीव्र तृष्णा उत्पन्न होताच, साधकाचे लक्ष केवळ सत्यप्राप्तीवरच केंद्रित होऊ लागते.

बाह्यगोष्टींमध्ये न अडकता, जर तुम्ही केवळ सत्याचाच ध्यास घेतलात, तर तुम्हांला 'तेजलाभ' होईल. तेजलाभ म्हणजे 'लाभ' आणि 'नुकसान' यांपलीकडील लाभ... जणू सुख-दुःखापलीकडील अवस्था... आनंद-दुःख यांपलीकडील परमानंद... जणू द्वैतभावनेतून मुक्ती! पण यासाठी आवश्यकता आहे, सत्य जाणून घेण्याची तृष्णा तीव्र होण्याची, मुक्त अवस्थेबद्दल मनात प्रेम निर्माण होण्याची! नरेंद्रप्रमाणे जर तुमच्याही मनात सत्याविषयी तीव्र आस असेल, तर तुमच्यासाठी सत्य हे अगदी सहज, सुलभ असेल. परम सत्य जाणण्याची पहिली पायरी म्हणजे, 'मनात सत्याविषयी तीव्र तृष्णा निर्माण होणं.' कारण जोवर सत्याविषयी तीव्र तृष्णा जागृत होत नाही, तोवर मनुष्य पूजाअर्चा, कर्मकांड, वेषभूषा, केशभूषा, व्रत-वैकल्ये या बाह्योपचारांमध्येच अडकू शकतो.

'तीव्र-तृष्णा' म्हणजे 'परम-सत्य' जाणण्याची अनिवार ओढ! 'मला आता केवळ परम-सत्याचंच श्रवण करायचं आहे. मग ते सत्य कुठूनही, कसंही जाणता आलं तरी चालेल. कोणत्याही परिस्थितीत मला सत्य जाणून घ्यायचंच आहे... आज, आत्ता, इथे आणि या क्षणीच', सत्यसाधक जेव्हा अशी तीव्र प्रार्थना करतो, तेव्हा त्याची साधना सहज, सुलभ बनू लागते. नरेंद्रच्या मनातही अशीच तीव्र तृष्णा जागृत झाली होती. नरेंद्रचे समवयस्क मित्र विवाह करून आपापल्या संसारांत रमले होते; पण नरेंद्रच्या रोमारोमांत ईश्वरप्राप्तीच वेड भिनले होते. ईश्वरी अनुभव घेण्यासाठी तो अतिशय आतुर

झाला होता. त्याला केवळ ईश्वराचाच ध्यास लागला होता. त्याच्या हृदयाच्या गाभ्यातून आर्त प्रार्थना उमटत होती–

*'बस्स! आता मला ईश्वरच हवा आहे.*
*ईश्वरप्राप्ती झाली, तरच मी तृप्त होऊ शकतो.*
*आता संसारातील कोणतीच वस्तू मला संतुष्ट करू शकणार नाही.*
*आजवर मी संसाराच्या मृगजळामागे खूप धावलो,*
*विषय-वस्तूंच्या लोभात खूप अडकलो.*
*पण या विश्वातील सर्व विषय-वस्तू माझी तृष्णा भागवण्यास असमर्थ आहेत.*
*माझी तहान शमवणारा केवळ तूच आहेस ईश्वरा,*
*तू प्रसन्न झालास तरच मी पूर्णतः संतुष्ट होईन.'*

अशा प्रकारे, हृदयाच्या गाभ्यातून उमटलेली आर्त सादच 'प्रार्थना' बनते. ही प्रार्थनाच आपले परमात्म्याशी मिलन घडवून आणते. नरेंद्रच्या अंतर्यामी अशीच तीव्र प्रार्थना उमटली आणि आयुष्याचे सूर जुळवणाऱ्या सद्गुरूंचे त्याच्या जीवनात आगमन झाले.

# खंड २

## ज्ञानगंगा अवतरली जीवनी

# ६

# सुरेल शिष्य आणि सूरमेळ गुरू

**सत्य सांगण्याच्या पद्धती हजार असतील, पण सत्य मात्र एकच असते.**

रामकृष्ण परमहंस आणि स्वामी विवेकानंद ही गुरू-शिष्याची जोडी म्हणजे एक ईश्वरीय लीलाच होय. विवेकानंद म्हणजे एक सुरेल शिष्य होते, तर गुरू रामकृष्ण परमहंस हे सुरांशी तादात्म्य पावणारे 'सूरमेळ' होते. विवेकानंदांना संगीताचे ज्ञान असल्याने त्यांचे भजन खूपच सुश्राव्य असायचे.

रामकृष्ण परमहंस विवेकानंदांना नेहमी भजन गायला लावायचे आणि त्यांचे सुमधुर भजन ऐकता-ऐकता समाधी अवस्थेत पोहोचायचे. कारण त्यांचा विवेकानंदांच्या मधुर स्वरांशी उत्तम ताळमेळ होता.

त्या काळी वेगवेगळ्या आध्यात्मिक संप्रदायांच्या अनेक संस्था कार्यरत होत्या. रामकृष्ण परमहंसांची भेट होण्यापूर्वी स्वामी विवेकानंद 'ब्राह्मो समाज' या संस्थेत जायचे. तिथे ते भजन गात असत. तिथे त्यांच्या गायनाची खूप प्रशंसा होत असे. नंतर ते रामकृष्ण परमहंसांच्या सत्संगात भजन गाऊ लागले. इथे आल्यानंतर हळूहळू त्यांच्या भजनांमध्ये बदल होऊ लागला. कारण तिथे त्यांना रामकृष्ण परमहंसांकडून नवीन समज प्राप्त होत होती. त्या समजेचे प्रत्यंतर विवेकानंदांच्या भजनांत दिसून यायचे. सुरुवातीला बहुतांश साधक प्रसिद्ध भजनेच गातात; परंतु 'समज' मिळाल्यानंतर प्रसिद्ध भजन न गाता, साधकाच्या भजनात ती समज प्रतिबिंबित होते.

विश्वात कोणतेही कार्य तेव्हाच पूर्ण होते, जेव्हा क्रिया आणि त्यामागील भाव,

यात समन्वय साधला जातो. पण, जर हा ताळमेळ नसेल तर कुठलेही काम सफल होऊ शकत नाही. जसे, तुम्हांला स्वास्थ्य, पैसा, समृद्धी, मधुर नातेसंबंध, योग्य जीवनसाथी, सद्‌गुणी मुले या गोष्टी हव्या आहेत; पण त्याच वेळी तुमचे विचार आणि भावना नकारात्मक, निराशावादी असतील तेव्हा तुमची इच्छा आणि ग्रहणशीलता यांच्यात सूरमेळ म्हणजेच ताळमेळ नाही असाच याचा अर्थ होतो. परिणामी, तुमच्या इच्छापूर्तीमध्ये बाधा निर्माण होते.

रामकृष्ण परमहंसांचा ताळमेळ उत्तम होता. म्हणून त्यांना 'सूरमेळ' म्हटले गेले. ज्या उद्दिष्टपूर्तीसाठी ते पृथ्वीवर आले होते, त्यावरच त्यांचे ध्यान केंद्रित होते. त्यामुळेच त्यांचे जीवन सहज, सरळ आणि सुंदर होते. सुरांची जाण असणारा शिष्य आणि त्या सुरांशी ताळमेळ असणारे गुरू, यांच्यात जणू एक चुंबकीय आकर्षण होते. त्यामुळेच कधी नरेंद्र गुरूंकडे, तर कधी गुरू नरेंद्रकडे आकृष्ट व्हायचे.

अशाच एका सायंकाळी रामकृष्ण परमहंस आणि नरेंद्र भेटणार होते, आणि निमित्त होते, दुर्गापूजेचे. दुर्गापूजेनिमित्त संपूर्ण मंडप दिव्यांच्या प्रकाशात उजळून गेला होता. देवीदर्शनासाठी भाविकांनी गर्दी केली होती. भजन-कीर्तन करणारी मंडळी आपली वाद्ये पडताळून बघत होते. नरेंद्र आणि त्याचा रवी नावाचा मित्र, भजन गाणाऱ्या मंडळींमध्ये जाऊन बसले. भजनाचा कार्यक्रम सुरू झाला, तसा नरेंद्रनेही त्या लोकांबरोबर गायनात भाग घेतला. नरेंद्रचे भजन ऐकून लोक मंत्रमुग्ध होऊन गेले. भजनीमंडळानेही नरेंद्रच्या भजनाचे खूप कौतुक केले. हळूहळू त्याच्या गायनाची ख्याती दूरवर पसरू लागली. या घटनेनंतर काही दिवसांनी नरेंद्रच्या घराजवळच राहणारे गृहस्थ श्री. सुरेंद्रनाथ यांनी रामकृष्ण परमहंसांना त्यांच्या घरी येण्याचे आमंत्रण दिले. शिवाय, त्याप्रित्यर्थ एक आनंदोत्सवही आयोजित केला. नरेंद्रच्या भजनाची ख्याती सुरेंद्रनाथांच्या कानी पडली होती, त्यामुळे त्यांनी नरेंद्रलाच गाण्यासाठी निमंत्रण दिले.

नरेंद्रने सुरेंद्रनाथांचे आमंत्रण स्वीकारले आणि ते उत्सवास उपस्थित राहिले... त्यांच्या भजनाने रामकृष्ण परमहंस खूपच प्रभावित झाले. ते तन्मयतेने नरेंद्रचे भजन ऐकत होते. भजन समाप्त होताच ठाकुरांनी रामचंद्र दत्तना जवळ बोलावले आणि 'या मुलाला दक्षिणेश्वरला घेऊन या' असे सांगितले. ही गोष्ट नरेंद्रच्या कानावर पडली.

ठाकूर जाता-जाता नरेंद्रजवळ काही क्षण थांबले. नरेंद्रचे दोन्ही हात हातात घेऊन ते उलटसुलट करत न्याहाळू लागले. जणू ते काहीतरी शोधत असावेत. मग नरेंद्रकडे पाहत ठाकूर म्हणाले, ''तुम्ही खूपच छान भजन गाता. तुम्ही कोणी साधारण मनुष्य नसून लोककल्याणाकरिताच या विश्वात आला आहात. एकदा दक्षिणेश्वरला कालीमातेचं दर्शन घेण्यासाठी नक्की या. याल ना, नरेंद्र?''

ही होती, नरेंद्र आणि रामकृष्ण परमहंस यांची पहिली भेट! त्या वेळी नरेंद्रचे वय होते केवळ १८ वर्षे. या भेटीदरम्यान नरेंद्रला एक गोष्ट समजली. ती म्हणजे, रामकृष्ण परमहंसांना लोक 'ठाकूर' या नावाने ओळखतात. रामकृष्ण परमहंसांनी नरेंद्रचे हातात हात घेऊन न्याहाळणे, शिवाय 'तुम्ही लोककल्याणाकरिता पृथ्वीवर आला आहात', असे म्हणणे, त्यांचे हे वागणे नरेंद्रला थोडे विचित्रच वाटले.... नरेंद्र तर सुरेंद्रनाथबाबूंचे शेजारी होते. शिवाय, भजन गाण्यासाठी त्यांनीच नरेंद्रला आमंत्रित केले होते. खरेतर सुरेंद्रनाथबाबूंच्या विनंतीला मान देऊनच नरेंद्र इथे आले होते. पण रामकृष्ण तर थेट दक्षिणेश्वरलाच येण्याची गळ घालत होते, त्यामुळे नरेंद्रला थोडे आश्चर्यच वाटले. तो ठाकुरांकडे पाहतच राहिला. ठाकुरांनी नरेंद्रला दक्षिणेश्वरला येण्यासाठी पुन्हा आग्रह केला. या वेळी नरेंद्रनेही त्यांचे निमंत्रण स्वीकारले.

सुरेंद्रनाथबाबू हे रामकृष्ण परमहंसांचे महान भक्त होते. त्यांनी परमहंसांच्या जीवनाविषयी नरेंद्रला विस्तृत माहिती दिली.

रामकृष्ण परमहंस हुगळी जिल्ह्यातील कामारपुकुर या छोट्याशा गावातून नोकरीसाठी कोलकाता येथे आले होते. परंतु नोकरीपेक्षाही त्यांना कालीमातेच्या दर्शनातच जास्त रुची वाटत होती. कालीमातेच्या दर्शनाने ते आनंदून जायचे, त्यामुळे नोकरी करण्याचे टाळून ते कालीमातेचे पुजारीच बनले.

रामकृष्ण परमहंस कालीमातेसमोर ज्या भावातीत अवस्थेत बसत असत, ती त्यांना कुठल्या साधनेने किंवा जप-जाप्य केल्याने प्राप्त झाली नव्हती, तर त्यांना या अवस्थेची अनुभूती वयाच्या सहाव्या वर्षीच आली होती. त्या वेळी त्यांच्या वयाची इतर मुले शाळेत जायची आणि रामकृष्ण परमहंस मात्र ईश्वरभक्तीत तल्लीन होऊन रानावनांत भजन गात फिरायचे. त्यांच्या कुटुंबातील वातावरणदेखील भक्तिमयच होते. त्यांचे वडील कामारपुकुर येथील एक गरीब ब्राह्मण होते; पण या स्थितीतही त्यांच्या दाराशी आलेले साधू-संत कधीही उपाशी गेले नाहीत. रामकृष्ण परमहंसदेखील साधूंची

सेवा करत, त्यांच्याजवळ बसून आध्यात्मिक ज्ञान ग्रहण करत असत.

एके दिवशी रामकृष्ण परमहंस घरी आलेल्या साधूमंडळींना निरोप देऊन आपल्या मधुर स्वरात भजन गुणगुणत घरी परत येत होते. अचानक त्यांची नजर आकाशाकडे गेली आणि असीम आकाश पाहत असतानाच एकाएकी त्यांचे मन शांत झाले. ते झाडाखाली डोळे मिटून बसले. हाच तो क्षण, ज्या वेळी त्यांना पहिल्यांदा समाधी अवस्थेचा अनुभव आला, त्या वेळी रामकृष्ण केवळ सहा वर्षांचे होते.

वडिलांच्या निधनानंतर त्यांच्या घरची स्थिती आणखीनच बिकट झाली. म्हणून उपजीविकेसाठी ते त्यांच्या मोठ्या भावाबरोबर कोलकातामध्ये आले. त्यांचे मोठे बंधू एक विद्वान ब्राह्मण होते आणि त्यांनी कोलकाता येथे एक पाठशाळा उघडली होती. या लौकिक विद्येने काहीही साध्य होणार नाही, हे रामकृष्णांना काही दिवसांतच उगमले. 'ज्या विद्येने ईश्वरप्राप्ती होणार नाही, अशा विद्येचे अध्ययन करण्यात काय अर्थ?' असा प्रश्न त्यांनी स्वतःच्या मनाला विचारला. त्यानंतर परत कामारपुकुरला जावे असे त्यांना वाटत होते; परंतु ते पुन्हा आपल्या मूळ गावी परतू शकले नाहीत. 'तू दक्षिणेश्वरला कालीमातेच्या मंदिरात पुजारी म्हणून काम कर' असा त्यांच्या भावाने त्यांच्यासमोर प्रस्ताव ठेवला. रामकृष्णांनी तो तत्काळ स्वीकारला.

मंदिरात जेव्हा ते कालीमातेची पूजा करत, तेव्हा ते ईश्वराविषयीच विचार करत. ईश्वराच्या प्रत्यक्ष दर्शनाची इच्छा ते रोज व्यक्त करायचे. 'आजदेखील ईश्वराचं दर्शन झालं नाही' असे ते दररोज प्रार्थनेवेळी कालीमातेला सांगायचे. बरेच दिवस हा नित्यक्रम सुरू होता. अखेर काही महिन्यांनी कालीमातेने त्यांना दर्शन दिले. त्यानंतर रामकृष्ण सत्यसाधना आणि स्वानुभवाचा प्रचार, प्रसार करू लागले. दक्षिणेश्वरला येणाऱ्या सर्व धर्मांच्या लोकांशी ते चर्चा करत. अशा प्रकारे त्यांनी मुस्लीम आणि ख्रिश्चन धर्माचेही ज्ञान प्राप्त केले.

रामकृष्ण नेहमी भक्तिभावात लीन असायचे. ते कधी कुठे बसले अथवा त्यांनी एखादे भजन ऐकले, की ते लगेचच समाधी अवस्थेत जायचे. इतकेच नव्हे, तर रस्त्याने जात असताना कोणी त्यांना 'जय माताजी' किंवा 'जय श्रीराम' असे म्हणून अभिवादन केले, तरीही ते समाधी अवस्थेत जायचे. ते चटकन समाधी अवस्थेत जात असल्यामुळे त्यांच्या सुरक्षिततेसाठी त्यांची खूप काळजी घ्यावी लागत असे.

भावावस्था अथवा समाधी अवस्थेत असलेल्या मनुष्य विशिष्ट विषयाचे सखोल मनन-चिंतन करण्यात इतका दंग होतो, की त्याला देहभानच राहत नाही. मग अशा अवस्थेत त्याला ठेच लागली किंवा एखादी जखम झाली तरी त्याला त्याची जाणीवही

होत नाही. या अवस्थेलाच 'भावदशा' असे म्हणतात. रामकृष्ण नेहमी अशा भावदशेत असायचे.

एखादा शिष्य जेव्हा ज्ञान ग्रहण करण्यासाठी पात्र बनतो, तेव्हा त्याच्या जीवनात गुरूंचे आगमन निश्चित असते. नरेंद्र पक्के शिष्य बनले होते. म्हणूनच रामकृष्ण परम हंस गुरूंच्या रूपात त्यांच्या जीवनात आले. सुरुवातीला नरेंद्र रामकृष्ण परमहंस हेच आपले गुरू आहेत, हे जाणूच शकले नाहीत; पण हळूहळू रामकृष्णांची खरी ओळख नरेंद्रला होऊ लागली आणि ते परमहंसांचे भक्त बनले. नरेंद्र सुरुवातीला अगदी तर्कनिष्ठ होता. कुणी काहीही सांगितले तरी आधी ती गोष्ट तो तर्काच्या आधारे पारखून घ्यायचा. परंतु गुरुकृपेने त्याच्या जीवनात आमूलाग्र परिवर्तन घडले. त्यामुळे रामकृष्ण परमहंस आणि स्वामी विवेकानंद या गुरू-शिष्यांचे अस्तित्व परस्परांहून वेगळे मानणे म्हणजे जणू सूर्यकिरणांना सूर्यापासून वेगळे मानण्यासारखेच आहे. स्वामी विवेकानंदांच्या जीवनात रामकृष्ण परमहंसांचे गुरुरूपात आगमन होणे, ही एक महान घटना होती. कारण पुढे जाऊन ती अखिल विश्वासाठी गुरू-शिष्यांमधील आदर्श नाते कसे असावे, याचे अनोखे उदाहरण ठरली.

# ७

# चिकित्सक शिष्य आणि स्थिरचित्त गुरू

**विश्व म्हणजे एक व्यायामशाळा,**
**जिथे आपण स्वत:ला अकंप बनवण्यासाठी येतो.**

रामकृष्ण परमहंसांचे जीवन हृदयस्थानी केंद्रित होते. म्हणजेच त्यांनी ईश्वराशी तादात्म्य साधले होते. परिणामी, त्यांच्या शरीराचा उद्देश त्यांना ज्ञात झाल्याने आयुष्यभर ते त्या उद्दिष्टपूर्तीसाठीच कार्यरत होते. परंतु नरेंद्रने प्रत्येक विषयात प्रावीण्य मिळवले होते. ते अतिशय चौकस आणि चिकित्सक विद्यार्थी होते. प्रत्येक गोष्टीचे ते बारकाईने निरीक्षण करत असत. मग त्यासाठी कितीही वेळ लागला तरी ते त्याचा पाठपुरावा करत असत. त्यांच्या या सवयीमुळेच प्रत्येक गोष्ट अगदी लहानसहान बाबींसह समजून घेत असत आणि त्यामुळे त्यांना त्या गोष्टीचे आकलनही पूर्णपणे होत असे.

नरेंद्रची शाळेतील ही चौकस, चिकित्सक वृत्ती रामकृष्ण परमहंसांची भेट झाल्यावरही काही काळ कायम होती. रामकृष्ण परमहंसांना कशा प्रकारचे लोक भेटायला येत आहेत... ते कोणत्या प्रकारचे प्रश्न विचारत आहेत... त्यांना कशा प्रकारची उत्तरे दिली जात आहेत... आजूबाजूला कोण काय करत आहे... अशा गोष्टींकडे नरेंद्रचे बारकाईने लक्ष असायचे. इतकेच नव्हे, तर रामकृष्ण परमहंस जे काही सांगायचे, त्याचेही नरेंद्र परीक्षण करायचा.

पहिल्या भेटीत नरेंद्रला रामकृष्ण परमहंसांचे केवळ दर्शन घडले होते. त्या वेळी ते त्यांच्याशी फार काही बोलू शकले नव्हते. म्हणून पुन्हा रामकृष्ण परमहंसांची भेट

घेण्यासाठी आणि त्यांच्या मनातील लाखमोलाच्या प्रश्नाचे उत्तर मिळवण्यासाठी नरेंद्र दक्षिणेश्वरला पोहोचले.

दुसऱ्या भेटीतच नरेंद्रने त्याचा प्रश्न रामकृष्ण परमहंसांना विचारला, ''तुम्ही ईश्वराला कधी पाहिलं आहे का?'' या प्रश्नावर रामकृष्ण परमहंसांचे उत्तर होते– ''होय तर! नक्कीच पाहिलं आहे. या वेळी जसं मी तुला पाहतोय, अगदी तसंच मी ईश्वरालादेखील पाहिलं आहे. इतकंच नव्हे, तर त्याच्याशी संभाषणही केलं आहे. तुलाही जर ईश्वराला पाहायचं असेल, तर तूदेखील पाहू शकतोस.''

आजच्या युगात लोकांना ईश्वराविषयी जाणण्यात रस नाही. आपला एखादा जवळचा नातेवाईक मरण पावला, तर लोक दुःखातिरेकाने धाय मोकलून रडतात; परंतु ईश्वराचे दर्शन झाले नाही म्हणून कोणी तितक्याच व्याकूळतेने रडते का? पण जे लोक भक्तिभावात लीन होऊन ईश्वरदर्शनासाठी व्याकूळ होऊन रडतात, त्यांनाच त्याचे दर्शन घडते, ही वस्तुस्थिती आहे.

अखेरीस नरेंद्रला त्याच्या प्रश्नाचे उत्तर मिळाले. 'मी ईश्वराला पाहिलंय आणि मी तुलाही ईश्वरदर्शन घडवू शकतो' असे रामकृष्ण परमहंस नरेंद्रला दृढतेने म्हणाले. परंतु तर्कशील नरेंद्रचा रामकृष्णांच्या वक्तव्यावर विश्वासच बसत नव्हता. नरेंद्र बुद्धिप्रधान होता. रामकृष्ण परमहंसांसोबत नरेंद्रची ही दुसरी भेट अविस्मरणीय ठरली. पुढे अशा कित्येक भेटी होणार होत्या. ही तर केवळ त्याची सुरुवात होती.

रामकृष्ण परमहंसांचे अतार्किक वागणे पाहून असे वाटायचे, जणू ते नरेंद्रला बऱ्याच वर्षांपासून ओळखत आहेत.

> एके दिवशी रामकृष्ण परमहंसांनी नरेंद्रला आपल्या जवळ बसवले आणि त्याला भजन म्हणण्याची विनंती केली. नरेंद्रने भजन गायले आणि ते ऐकत असतानाच रामकृष्ण परमहंस भावदशेत पोहोचले. भजन संपताच रामकृष्ण परमहंस नरेंद्रचा हात पकडून त्याला बाहेर अंगणात घेऊन गेले आणि म्हणाले, ''तू माझ्याकडे येण्यासाठी इतका वेळ का लावलास? इतके दिवस तू माझ्यापासून दूर कसा राहू शकलास?'' हे बोलत असताना ते अत्यंत भावूक झाले आणि त्यांच्या डोळ्यांमधून अश्रू ओघळू लागले.
>
> ते पुढे म्हणाले, ''मी कधीपासून तुझी वाट पाहत होतो. लोकांच्या निरर्थक गोष्टी ऐकून माझे कान विटून गेले होते. आता तू आला आहेस, त्यामुळे एका सच्चा सत्यशोधकाशी चर्चा करण्याचा आनंद मिळेल. तू

साक्षात नररूपातील नारायणच आहेस आणि लोककल्याणाकरिताच या पृथ्वीवर अवतरला आहेस.''

रामकृष्ण परमहंसांकडे येणारे बहुतांश लोक, 'माझ्या घरात अमुक समस्या आहे... खूप दुःख आहे... त्यामुळे कालीमातेचा आशीर्वाद मिळाला तर मी सर्व दुःखांतून मुक्त होईन.' अशा प्रकारची केविलवाणी विनवणी करणारे होते. मंदिरात येणाऱ्या लोकांपैकी ज्ञानलालसा असणारे लोक विरळाच! नरेंद्रनेदेखील आजवर काही विशेष कार्य केले नव्हते. त्याने केवळ 'ब्राह्मो समाज'मध्ये असताना शिकलेली भजने परमहंसांसमोर सादर केली होती. ती भजने ऐकून परमहंसांना नरेंद्रच्या शुद्ध हृदयाची, सद्भावनेची ओळख पटली होती.

रामकृष्ण परमहंसांचे बोलणे ऐकून नरेंद्र हैराण झाला होता. त्याला वाटायचे, 'मी इथं उगाचच आलो. मी तर विश्वनाथ दत्तांचा पुत्र आहे. एक सामान्य माणूस आहे. परंतु, रामकृष्ण तर माझ्याशी अशा आविर्भावात बोलत आहेत, जणू मी म्हणजे आता आकाशातून अवतीर्ण झालेला कोणी देवच!'

नरेंद्र याच विचारात मग्न असताना रामकृष्ण अचानक त्याच्यासमोर येऊन उभे राहिले. त्यांच्या हातात लोणी, खडीसाखर आणि मिठाई होती. ते स्वतःच्या हाताने नरेंद्रला मिठाई खाऊ घालण्याचा प्रयत्न करू लागले. नरेंद्र त्यांचा हात पकडून रामकृष्णांना म्हणाला, ''तुम्ही ही मिठाई मला द्या. मी ती माझ्या मित्रांसोबत खाईन. त्यांना सोडून मिठाई खाणं मला मुळीच आवडत नाही.''

रामकृष्ण हात पुढे करत नरेंद्रला म्हणाले, ''त्या लोकांनादेखील मिठाई दिली जाईल, आधी तू तर खा.'' अशा प्रकारे रामकृष्ण नरेंद्रला मिठाई खाण्याचा आग्रह करू लागले. नरेंद्रही निमूटपणे मिठाई खाऊ लागला. यानंतर ते नरेंद्रला आपल्यासोबत आत घेऊन गेले आणि सर्वांसमोर नरेंद्रची प्रशंसा करू लागले, ''पाहा, नरेंद्र आपल्या ज्ञानाच्या प्रकाशात कसा चमकत आहे.'' हे ऐकून उपस्थित लोक आश्चर्यचकित होऊन नरेंद्रकडे पाहू लागले.

रामकृष्ण नरेंद्रची प्रशंसा करत होते; पण इकडे नरेंद्रच्या तर्कशील मनामध्ये मात्र वेगळीच घालमेल सुरू होती. त्याला वाटले होते, रामकृष्ण परमहंस त्याला काही खास संदेश देतील, काही उपदेश करतील. पण ते तर काही वेगळेच बोलत होते, जे नरेंद्रला निरर्थक वाटत होते.

नरेंद्र विचार करू लागला, की थोड्या वेळापूर्वी रामकृष्ण अगदी अतार्किक गोष्टी बोलत होते आणि आता तर त्यांचे अगदी वेगळेच रूप दिसत आहे. इतर लोकांसमोर ते अगदी व्यवस्थितरीत्या वागत आहेत. रामकृष्णांचे हे वागणे पाहून 'हे खरंच संत आहेत, की एखादा वेडसर माणूस', असा प्रश्न नरेंद्रला पडला.

नरेंद्र जेव्हा तिथून निघाला तेव्हा लवकरच परत येण्याच्या अटीवर रामकृष्णांनी त्याला जाण्याची अनुमती दिली. एकूणच या सर्व परिस्थितीने 'मला एक वेडा संत भेटला आहे' अशी नरेंद्रची समजूत झाली.

यानंतर कित्येक दिवस नरेंद्र याच विषयावर विचार करत होता. रामकृष्णांच्या अजब वागण्याचे विश्लेषण करताना त्याची बुद्धी थकून गेली होती. आता हे सर्व विसरून जाऊ आणि पुन्हा कधीही त्यांच्याकडे जायचे नाही, असे नरेंद्रने मनाशी पक्के ठरवले. पण हे शक्य झाले नाही. नरेंद्र ब्राह्मो समाज संप्रदायाशी संलग्न राहिले आणि अधूनमधून दक्षिणेश्वरलादेखील जात राहिले. हळूहळू रामकृष्णांच्या भोळ्याभाबड्या स्वभावाचे, मधुर वाणीचे, निष्कपट प्रेमाचे आकर्षण नरेंद्रच्या मनात वाढू लागले.

गुरू-शिष्यामध्ये अशाच प्रकारचे आकर्षण असते. दोन विजातीय गोष्टींमध्येच एक जबरदस्त आकर्षण निर्माण होते. विश्वातल्या सर्वाधिक महान दात्यासमोर जर सर्वात मोठ्या गोष्टीची याचना करणारा याचक उपस्थित असेल, तर त्या दोघांमध्ये किती विलक्षण आकर्षण असेल बरं? पण प्रत्येक विपरीत नात्यात असे आकर्षण नसते. मात्र गुरू-शिष्याच्या नात्यामध्ये, सत्यदाता आणि सत्ययाचक यांच्यात एक समान आकर्षण असते, जे नेहमीच उच्च कोटीचे असते. म्हणूनच या नात्याला एक महत्त्वपूर्ण नाते, 'तेज नाते' असे संबोधले जाते. हे असे नाते असते, ज्याला कोणतीही सीमा नसते. या नात्याची इतर कोणत्याही नात्याशी तुलना होऊच शकत नाही. तसं पाहिलं तर हे नाते समजण्यासाठी खूप वेळ लागतो. पण कालांतराने गुरू-शिष्याचे हे आगळेवेगळे नाते शिष्याच्या लक्षात येते आणि तो सर्व दु:खांतून, मायेतून पूर्णत: बाहेर येतो. नरेंद्रमध्ये तीव्र सत्यतृष्णा होती. नरेंद्रला जेव्हा रामकृष्ण परमहंसांच्या रूपात सर्वात दानी आणि ज्ञानी गुरू लाभले, तेव्हा त्याच्या जीवनात सत्य प्रकट व्हायला सुरुवात झाली.

रामकृष्णांना तर नरेंद्रमध्ये साक्षात नारायणाचेच दर्शन घडायचे. म्हणून ते नरेंद्रवर खूप प्रेम करायचे. त्यांनी ज्या परमानंदाची अनुभूती घेतली होती, त्याचीच प्रचिती ते नरेंद्रला घडवू इच्छित होते. परंतु त्यांची इच्छा होती, की नरेंद्रने एकाच वेळी दोन नावांतून प्रवास करू नये. जसं, राजकीय नेतेमंडळी मते मिळवण्यासाठी लोकांना खूश करण्याचा प्रयत्न करतात; पण गुरूंना मात्र त्यांच्या शिष्याकडून कोणतीही अपेक्षा नसते, कारण गुरू 'लाभ आणि हानी' यांपलीकडे पोहोचलेले असतात.

सुरुवातीला गुरूंप्रति अथवा गुरूंकडून मिळालेल्या ज्ञानाप्रति शिष्याच्या मनात शंका-कुशंका निर्माण होणे अत्यंत स्वाभाविक आहे. खरे तर सत्य हे शब्दात सांगणे अत्यंत कठीण; पण तरीही गुरू अतिशय सोप्या, सरळ आणि सहज भाषेत ते प्रस्तुत करतात. यासाठी गुरूंना कित्येक वेळा अतार्किक गोष्टीही सांगाव्या लागतात. इतकेच नव्हे तर बऱ्याचदा गुरूंचे वर्तनदेखील अतार्किक असते. पण, हे सर्व पाहून शिष्य संभ्रमित होतो. तथापि, त्यांच्या या वर्तनामागे काही महत्त्वपूर्ण कारण असते यावर विश्वास ठेवायला हवा. योग्य वेळी गुरू शिष्यासमोर सर्व रहस्ये उलगडतात.

गुरूंनी हसत-हसत सांगितलेली किंवा अगदी सहजपणे सांगितलेली कोणतीही गोष्ट गांभीर्याने घ्यायला हवी. कारण गुरू विनाकारण काहीच सांगत नाहीत. शिष्याने मनाचे न ऐकता नेहमी गुरूंनी जे सांगितले आहे ते आचरणात आणायला हवे, अन्यथा शिष्याचे खूप मोठे नुकसान होऊ शकते. गुरुवाणी ही साक्षात 'आकाशवाणी'च समजायला हवी. गुरुवाक्य हे महावाक्य असते. खरा शिष्य गुरूंच्या उपदेशाचे महत्त्व आणि मूल्य जाणतो. गुरुमुखातून आलेले शब्द हे केवळ शब्द नसतात, याची जाण खऱ्या शिष्यालाच असते. म्हणून गुरू जे सांगतात, त्याचे तो 'आकाशवाणी' समजून श्रवण करतो. शिवाय, त्यावर मननही करतो. अशा रीतीने मननाच्या माध्यमातून शिष्याची सत्ययात्रा सुरू होते.

शिष्याचा आपल्यावर कितपत विश्वास आहे, हे गुरू नेहमी पडताळून पाहत असतात. शिष्याची पूर्ण ओळख पटल्यावरच गुरू त्याला 'परम सत्य' सांगतात. तसेच, त्याला मोहमायेतून मुक्तही करतात. केवळ गुरूच शिष्याला जागृतावस्थेप्रत, समाधी अवस्थेप्रत पोहोचवतात. शिष्याला जेव्हा गुरूंची कार्यपद्धती समजते, तेव्हा त्याचे सर्व संभ्रम विलीन होतात आणि त्याला खऱ्या गुरुतत्त्वाची ओळख होते. 'आपण वास्तवात जे आहोत' ते समजूनच गुरू आपल्याशी संवाद साधतात. ते शिष्यांना खूश करण्यासाठी बोलत नाहीत तर प्रेम आणि प्रज्ञा यांच्या माध्यमातून शिष्याला जागृत करतात.

गुरू आपल्या शिष्याला हेडपासून हार्टपर्यंत म्हणजेच बुद्धीपासून हृदयापर्यंत घेऊन येतात. सुरुवातीला शिष्य प्रत्येक गोष्टीबाबत बुद्धीने विचार करतो. परंतु जसजसे तो गुरूंना अधिकाधिक भेटू लागतो, त्यांच्या सत्संगांत उपस्थित राहतो, त्यांच्या उपस्थितीत ध्यानसाधना करू लागतो, तेव्हा तो तेजस्थानावर (हृदयस्थानी) राहायला शिकतो. त्याला समज प्राप्त होताच त्याचा प्रत्येक निर्णय हृदयाद्वारेच होतो. अशा प्रकारे, रामकृष्ण परमहंसांच्या संपर्कात आल्यानंतर नरेंद्रलादेखील बुद्धीपासून तेजस्थानापर्यंतची यात्रा करण्याची संधी मिळाली.

# ८

## नरेंद्रचा पहिला समाधी अनुभव

**आपण जितके जास्त परोपकारी बनून इतरांचे भले कराल, तितके आपले हृदय अधिकाधिक निर्मळ, शुद्ध होऊन साक्षात परमेश्वर त्यात विराजमान होतील.**

रामकृष्ण परमहंसांनी नरेंद्रला अशा वेळी समाधीची झलक दाखवली, जेव्हा तो 'समाधी म्हणजे नक्की काय', हेच जाणत नव्हता. कारण, समाधी अवस्था प्राप्त करण्यासाठी तिच्याशी ताळमेळ असणे आवश्यक असते. समाधीचा अर्थ आहे, 'समय-आदि'! म्हणजे असा अनुभव, जो काळाच्या निर्माणापूर्वीपासून, समयापूर्वीपासून होता. ही सृष्टी निर्माण होण्यापूर्वीपासून जो उपलब्ध होता, त्याला जाणणे म्हणजेच 'समाधी' होय. काळ-वेळ यांची निर्मिती तर नंतर झाली. हे जग निर्माण झाल्यानंतर काळाची गणती, म ोजमाप सुरू झाले; परंतु आपल्याला मात्र शरीर, मन आणि बुद्धी यांपलीकडे असलेल्या अनुभवापर्यंत पोहोचायचे आहे, जो कालातीत आहे. याच अवस्थेला 'समाधी' असे संबोधले आहे.

याच समाधी अवस्थेत आपण त्या सृष्टिनिर्मात्याला जाणू शकतो, कारण ही अवस्था आपल्याला देश आणि काल यांच्या पलीकडे घेऊन जाते. इतकेच काय, पण हा निर्माता जो आपल्याच अंतर्यामी विराजमान असतो आणि या सत्यापासून आपण अनभिज्ञ असतो, त्याचेच अस्तित्व जाणणे म्हणजे अध्यात्म आणि त्याचा अनुभव करणे म्हणजेच समाधी! खरे तर गाढ निद्रेतही आपण समाधिवस्थेतच असतो; परंतु आपण

किती तास झोपलो, याचे भान आपल्याला त्या वेळी नसते. सकाळी उठून घड्याळ पाहिल्यानंतरच आपल्याला समजते, की 'अरेच्चा, आपण इतके तास झोपलो!' दररोज रात्री आपण निद्रावस्थेत समाधीत जात असलो तरी ही अवस्था बेहोशीची असते, जागृतीची निश्चितच नसते. समाधी अवस्थेचा अनुभव तर जागृतावस्थेत यायला हवा; परंतु त्यासाठी शिष्याला आपली पात्रता सिद्ध करावी लागते, ती क्षमता अंगी बाणवावी लागते. पण, विवेकानंदांना त्यांची तयारी नसताना हा अनुभव प्राप्त झाला. शिवाय, त्यांच्यासाठी समाधीचा हा पहिला अनुभव अगदीच अनोखा होता.

> एकदा नरेंद्र आपल्या मित्रांसह दक्षिणेश्वर येथे गेला. त्या वेळी रामकृष्ण मंदिरातच बसले होते. त्यांनी नरेंद्रला आपल्याजवळ बसण्याचा इशारा केला. थोड्या वेळात भजन सुरू झाले. तेवढ्यात नरेंद्रच्या लक्षात आले, की ठाकूर आपल्या जागेवरून सरकत-सरकत त्याच्या अगदी जवळ येऊन बसले होते. आता मात्र त्याला शंका आली, न जाणो कदाचित ते पुन्हा पहिल्यासारखेच बोलायला सुरुवात करतील! परंतु जसा रामकृष्णांनी नरेंद्रच्या डोक्यावर हात ठेवला, तसा तो एका वेगळ्याच अवस्थेत पोहोचला आणि हाच अनुभव नरेंद्राचा पहिला समाधीचा अनुभव होता. क्षणभर त्याला वाटले, आपल्या सभोवतालच्या सर्व वस्तू गोलगोल फिरत असून हळूहळू विलीन होत आहेत, लय पावत आहेत.

अचानक असा अनुभव आल्याने नरेंद्र अतिशय भयभीत झाला. त्याला क्षणभर वाटले, की साक्षात मृत्यूच समोर उभा ठाकला आहे! तरीही त्याने हिंमत एकवटून विचारले, "आपण हे काय करत आहात? मला माझ्या आईबाबांकडे जायचं आहे." तेव्हा राम कृष्णांनी त्याच्या हृदयावर– तेजस्थानावर हात ठेवला आणि म्हणाले, "ठीक आहे, उगाचच घाई नको. आज इतकंच पुरेसं आहे." अशा प्रकारे, नरेंद्र समाधी अवस्थेतून बाहेर आला. नरेंद्र या घटनेने पुरता हादरून गेला. ज्या लोकांना समाधीचा पहिल्यांदाच अनुभव येतो, त्या वेळी नेमके काय घडते आहे, हेच त्यांच्या लक्षात येत नाही. ते खूप घाबरतात त्यामुळे त्याचं भयभीत मनच त्यांच्यासाठी व इतरांसाठी बाधा बनते.

अशा प्रकारे नरेंद्रला आपल्या निर्भयतेवर जितका गर्व होता, तो सर्व त्या अनुभवाने क्षणार्धात विलीन झाला.

रामकृष्ण परमहंसांनी विचार केला, सर्वप्रथम समाधीचा अनुभव सांभाळता यावा

यासाठी नरेंद्रला तयार करावे लागेल. कारण, नरेंद्र प्रत्येक गोष्ट बुद्धीच्या स्तरावर तोलून-मापून बघायचा. तो कॉलेजातील सर्व परीक्षांमध्ये उत्तीर्ण झाला होता. त्याची बुद्धी अतिशय कुशाग्र आणि तर्कनिष्ठ होती. अशा अवस्थेत तो समाधीचा अनुभव कसा समजू शकणार होता? म्हणूनच समाधी अवस्थेत गेल्यानंतर नरेंद्र भयभीत होत असे.

एखादा सुज्ञ शेतकरी ज्याप्रमाणे त्याच्या शेतात बीज पेरताना प्रथम जमिनीची मशागत करतो, छोटी-छोटी खुरटी झुडपे काढून टाकतो, लहान-मोठे दगड बाजूला करून जमीन नांगरतो, मग जमिनीवर पाणी टाकून तिला पेरणीयोग्य बनवतो; जेणेकरून माती नरम होऊन बीज सहजपणे उगवेल, मग त्यातून सुंदर रोपटे उदयाला येईल. त्याचप्रमाणे गुरूदेखील शिष्याला ज्ञान देण्यापूर्वी त्याची तयारी करून घेतात, त्याच्यात पात्रता निर्माण करतात. अगदी अशाच प्रकारे रामकृष्णांनाही नरेंद्रला तयार करायचे होते. कारण त्यांना माहीत होते, की नरेंद्र म्हणजे सद्‌गुणांचा सागर आहे; शिवाय तो त्याला लाभलेल्या ज्ञानाचा आणि अनुभवाचा उपयोग लोककल्याणासाठीच करेल. तो नेहमी जनहितालाच प्राधान्य देईल.

त्या वेळी जरी नरेंद्रमध्ये समाधीचा अनुभव पेलण्याची क्षमता नव्हती, तरी रामकृष्ण जाणत होते, 'ज्या गोष्टीसाठी शिष्य तयार असतो, ग्रहणशील असतो, ती गोष्ट त्याच्या जीवनात हमखास येतेच.'

एखादा मनुष्य जेव्हा हताश होऊन म्हणतो, 'कित्येक दिवसांपासून मी वणवण भटकतो आहे, पण मला नोकरीच मिळत नाही.... कितीतरी इंटरव्ह्यू देऊन झाले, पण नशीबच साथ देत नाहीये...' तेव्हा त्याला सांगितले जाते, 'बाबा रे, तू नोकरीसाठी कितपत तयार आहेस, हे आधी स्वतःलाच विचार. कारण, जितकी तुझी जास्त तयारी असेल, तितकी मोठी जबाबदारी तुझ्याकडे येणारच आहे आणि हा निसर्गाचा अलिखित नियम आहे.' याचाच अर्थ, जोपर्यंत तुम्हांला नोकरी मिळत नाही, तोपर्यंत तुम्ही त्यासाठीची पात्रता निर्माण करायला हवी. स्वतःमधील गुण वृद्धिंगत करून वेळेच्या नियोजनाची कला अवगत करायला हवी. एकाग्रता वाढवून नोकरीसाठी आवश्यक असणाऱ्या सर्व गोष्टींचे आकलन करून घ्यायला हवे. तेव्हाच तुमच्यात नोकरी करण्याची क्षमता निर्माण होते. मग नोकरी आपणहून तुमच्याकडे येणारच यात आश्चर्य ते काय!

तात्पर्य, एका सामान्य नोकरीसाठी माणसाला जिवाचा किती आटापिटा करावा लागतो. मग 'समाधी'चा परमोच्च अनुभव नरेंद्रला देण्यासाठी रामकृष्णांना किती कष्ट घ्यावे लागले असतील! त्या वेळी जरी नरेंद्र समाधीचा अनुभव समजू शकला नाही, तरी काही गोष्टींवर तो निश्चितपणे मनन करत होता. त्यामुळेच कदाचित त्याला वाटले

असावे, 'रामकृष्ण मला संमोहित (हिप्नोटाईज) तर करत नाहीत ना?' नरेंद्र कला शाखेचा विद्यार्थी असल्याने त्याला मानसशास्त्राविषयी चांगलीच जाण होती; परंतु तरीही त्याची द्विधावस्था होती. तो स्वतःला प्रश्न विचारायचा, 'काय रे, एकीकडे तर तू म्हणतोस, रामकृष्ण थोडे वेडसर आहेत; तर दुसरीकडे ते संमोहनाविषयी जाणतात असंही तुला वाटतं. या तर दोन परस्परविरुद्ध गोष्टी आहेत. एकदा तुला वाटतं रामकृष्ण हे संत आहेत तर दुसरीकडे लगेच, 'त्यांची बुद्धी भ्रष्ट झाल्याने ते असे विचित्र वागतात. म्हणूनच ते वारंवार कालीमातेचं दर्शन करतात, भावदशेत जातात' असं सांगतोस. मग वास्तव काय आहे?' आता वस्तुस्थिती अशी होती, की नरेंद्रला 'अनुभव' म्हणजे काय, हे समजलेच नव्हते. खरे तर मनुष्यावर आधीपासूनच असंख्य कृपा होत असतात; मात्र अज्ञानवश त्या वेळी तो समजू शकत नाही.

अशा प्रकारे एक आठवडा उलटला. न राहवल्याने नरेंद्र पुन्हा परमहंसांकडे गेला. त्याला पाहताच परमहंस सर्वांना उद्देशून म्हणाले, ''वास्तविक नरेंद्र खूपच सद्गुणी मनुष्य आहे. त्याच्यात विविध गुणांचा संगम आहे. खरे तर सगळ्यांनीच त्याचा आदर करायला हवा. नरेंद्र म्हणजे जणू सप्तर्षींमधला एक ऋषी; म्यानातून बाहेर आलेली तलवार म्हणजेच जणू नरेंद्र! नरेंद्र बघा किती हुशार विद्यार्थी आहे, किती मनापासून अभ्यास करतो तो! शिवाय त्याची संवादशैली, स्वरही किती मधुर आहे, किती सुरात भजन म्हणतो. धार्मिक चर्चा करण्यात तर त्याच्याइतका बुद्धिमान इतर कोणी आढळणार नाही. इतके सगळे गुण कधी कोणामध्ये शोधूनही सापडत नाहीत.''

परमहंसांकडे जितके शिष्य येत होते, त्या सर्वांसाठी काही ना काही नियम असायचे; परंतु नरेंद्रला मात्र कुठलाच नियम लागू नव्हता. त्याने नियमांचे पालन केले अथवा नाही, तरी काहीच फरक पडत नव्हता. रामकृष्ण म्हणायचे, 'नरेंद्र तर पक्का आहे, त्याच्यासाठी कुठलाही नियम लागू होत नाही. नियम तर कच्च्या लोकांसाठी असतात.' स्वतःची अशी प्रशंसा ऐकून नरेंद्रला आश्चर्य वाटायचे. 'माझ्यात असं काय विशेष आहे,' या गोष्टीचे आकलन त्याला काही केल्या होत नव्हते. कारण, समाधीचा पहिला अनुभव प्राप्त झाल्यानंतरही तो स्वतःला सामान्य मनुष्यच समजत होता.

अशा प्रकारे नरेंद्रच्या जीवनात कित्येक गोष्टींची उलथापालथ त्या वेळी होत होती. एकीकडे त्याच्या लग्नाची चर्चा चालली होती, तर दुसरीकडे आध्यात्मिक अनुभवांची वर्षा! त्याचसोबत भविष्याची चिंताही त्याचा पाठपुरावा करत होती. मात्र, यातील कोणता मार्ग निवडावा, हे त्याला काही केल्या समजत नव्हते. एकच प्रश्न नरेंद्रचे मन विचलित करायचा, 'आता पुढे काय?'

# ९

# गुरू-शिष्य प्रेम

**मनुष्याचा बाह्य स्वभाव म्हणजे जणू**
**त्याच्या अंतरंगातील स्वभावाचे प्रतिबिंबच!**

ठाकूर (रामकृष्ण) नरेंद्रवर निरतिशय प्रेम करत होते. नरेंद्रने वरचेवर दक्षिणेश्वरला यावे अशी त्यांची मनापासून इच्छा असायची. ते आपल्या प्रिय शिष्याच्या विरहाने व्याकूळ होत असत. जर तो काही दिवस त्यांना भेटायला आला नाही, तर ते अस्वस्थ होत असत आणि लगेच त्याला आणण्यासाठी ते कोणाला तरी कोलकाता येथे पाठवत.

एकदा तर अशी वेळ आली, की रामकृष्णांनी खूप आग्रह केल्यानंतरही नरेंद्र दक्षिणेश्वरला जाऊ शकला नाही. परंतु ठाकूरांना माहीत होते, की नरेंद्र ब्राह्मो समाजाच्या सभेत भजन गात असतो. मग त्यांनी विचार केला, 'आपण स्वतःच नरेंद्रला भेटायला ब्राह्मो समाजाच्या सभेत का जाऊ नये?'

संध्याकाळची वेळ होती. कोलकाता येथे ब्राह्मो समाजाची बैठक सुरू होती. तेव्हा अचानकपणे तिथे रामकृष्णांचे आगमन झाले. तेथील उपस्थित लोकांच्या मनात त्यांना बघण्याची उत्सुकता निर्माण झाली. ठाकूर मंचाच्या निकट येताच त्यांनी नरेंद्रला पाहिले आणि तत्काळ त्यांची समाधी लागली. अशा प्रकारे ठाकूरांचे अचानक झालेले आगमन ब्राह्मो समाजाच्या काही नेत्यांना आवडले नसावे, याची जाणीव त्या नेत्यांच्या हावभावांवरून नरेंद्रला

झाली. त्यांच्या स्वागतासाठीही कोणीच पुढे सरसावले नाही. उलट काही नेत्यांनी तर त्यांचा उपहास करण्याचाच प्रयत्न केला; परंतु रामकृष्णांना दिलेली ही अपमानास्पद वागणूक नरेंद्रला अजिबात आवडली नाही.

समाधिस्थ व्यक्तीला बघण्यासाठी सभेत खूपच गडबड गोंधळ माजला. त्यात कहर म्हणजे एका नेत्याने तर चक्क सगळ्या गॅसबत्ती विझवून टाकल्याने सर्वत्र काळोख पसरला. त्यामुळे आणखीच पळापळ सुरू झाली. तेवढ्यात नरेंद्रने ठाकूरांना इजा होऊ नये म्हणून संरक्षणासाठी आपल्या हाताचा विळखा त्यांच्याभोवती घातला. या सगळ्या गडबडीत ठाकूरांची समाधी भंग पावली. अशा अवस्थेत नरेंद्र त्यांना एकटे सोडूच शकत नव्हता. म्हणून तो स्वतः रामकृष्णांना पोहोचवायला दक्षिणेश्वर येथे गेला. या घटनेने प्रथमच नरेंद्रच्या मनात रामकृष्णांविषयी प्रेमभाव जागृत झाला.

अशीच आणखी एक घटना, नरेंद्रचा वियोग असह्य झाल्याने ठाकूर त्याला भेटण्यासाठी कोलकाता येथे गेले. तिथे गेल्यानंतर त्यांना समजले, की दुसऱ्या मजल्यावर नरेंद्र आपल्या मित्रासोबत अभ्यास करत आहे. त्या घराच्या पायऱ्यांमध्ये खूप अंतर असल्याने दोन लोकांनी आधार देऊन राम कृष्णांना वर आणले. जसा त्यांनी नरेंद्रच्या खोलीत प्रवेश केला तसे ते लगेच समाधिवस्थेत पोहोचले. त्यांना पाहताच मित्राने विचारले, ''हे सद्‌गृहस्थ कोण आहेत?'' त्यावर नरेंद्र उत्तरला, ''तू आता घरी जा, आपण नंतर अभ्यास करू.''

तसे पाहिले तर ठाकूरांविषयी नरेंद्रच्या मनातही खूप प्रेम होते; पण तो हे प्रेम कधीतरीच व्यक्त करायचा.

एकदा रामकृष्णांनी नरेंद्रला विचारले, ''तुला जर माझ्या कालीमातेवर विश्वास नाही, तर मग तू इथे येतोस तरी कशाला?'' त्यावर नरेंद्र उत्तरला, ''मी कालीमातेसाठी येत नसून तुमच्यासाठी येतो. तुम्ही सांगत असलेल्या ज्ञानपूर्ण गोष्टी मला खूप आवडतात, म्हणून तर मी येतो.''

एकदा अशाच प्रकारचा वादविवाद ठाकूर आणि नरेंद्रमध्ये झाला. मात्र, या वेळी नरेंद्रला खूपच क्रोध आला, कारण ठाकूर त्याची प्रत्येक गोष्ट नाकारत होते. शेवटी कंटाळून ते सांगत असलेल्या गोष्टींकडे नरेंद्र काणाडोळा करू लागला. त्यांचे बोलणे ऐकूनही न ऐकल्यासारखे करू लागला. जणू त्यांचा प्रत्येक शब्द त्याला व्यथित करत होता. तरीही ठाकूर त्याला संयमाने, प्रेमाने समजावत होते. यावरूनच लक्षात येईल, या गुरू-शिष्याच्या जोडीमध्ये असे कोणते अनोखे, अटळ प्रेमाचे बंधन होते!

कित्येकदा तर दोघांची चर्चा, वार्तालाप गमतीशीर वातावरण तयार करायचे.

एकदा आपला तानपुरा लावत असताना नरेंद्र रामकृष्णांना म्हणाला, ''तानपुरा लावायला फार वेळ लागतो, हे आपल्याला ठाऊक आहे का?'' त्यावर रामकृष्ण हसत उद्‌गारले, ''आता हा तानपुरा सुरू करून तिन-ताना करेल.'' तर एक शिष्य मध्येच म्हणाला, ''आज तानपुरा लावशील, तर उद्या भजन म्हणावं लागेल.''

पुन्हा रामकृष्ण म्हणाले, ''अरे, हा तानपुराच तोडून टाकायला हवा.'' अशा प्रकारे रामकृष्ण नरेंद्रची थट्टा करायचे.

त्यावर ''ज्यांना संगीताचं ज्ञान नाही तेच लोक असं बोलतात.'' असे नरेंद्र म्हणायचा.

''बघा, एकच वाक्य बोलून त्याने सर्वांना कसं शांत केलं.'' मिस्कीलपणे नरेंद्रकडे पाहत रामकृष्ण बोलायचे.

अशा प्रकारच्या चर्चेत त्यांच्या परस्परांवरील प्रेमाचीच जाणीव व्हायची. शिवाय, ते त्याचे गुरू आहेत याची पुसटशी कल्पनाही त्यांनी नरेंद्रला कधी येऊ दिली नाही. त्याने प्रत्येक गोष्ट लवकर शिकून घ्यावी, असा अट्टाहासदेखील रामकृष्णांनी कधीच केला नाही. इतकेच काय, पण ब्राह्मो समाजाशी त्याचे असलेले नाते त्याने तोडावे, अशी आज्ञाही त्यांनी कधी दिली नाही. नरेंद्र त्याच्या पद्धतीने स्वत:चा विकास करत होता आणि त्यासाठी रामकृष्णांनी त्याला पूर्ण वेळ आणि अवकाश दिला, त्याच्या स्वातंत्र्यावर कधी गदा आणली नाही. कारण त्याच्याबाबत त्यांना कोणतीच घाई नव्हती.

अशा प्रकारे गुरूंचे प्रेम हे 'ज्ञानप्रेम' असते. या ज्ञानप्रेमात मेंदू, बुद्धी आणि विवेक यांना युक्ती, शक्ती, भक्ती व मुक्ती मिळत असते. गुरूंचे प्रेम मिळाल्यानंतर शिष्य प्रत्येक गोष्टीकडे नव्या दृष्टिकोनातून बघायला शिकतो. ज्ञानचक्षूंद्वारे असा दृष्टिकोन

प्राप्त होताच त्याच्या सगळ्या समस्यांचे एकदमच निरसन होऊन त्याला संतुष्टी प्राप्त होते, त्याच्या शरीरात शक्तीचा संचार होतो. अशा प्रकारे गुरू युक्तीने सुरुवात करतात आणि अंत मात्र मुक्तीने! त्यानंतर मात्र शिष्य कार्याची अंमलबजावणी करतो आणि शेवटी त्याच्यात खरी भक्ती जागृत होऊन त्याचे सगळे कुसंस्कार, धारणा, वृत्ती-प्रवृत्ती नाहीशा होतात.

गुरुप्रेम प्राप्तीकरिता मनुष्याला दररोज नवीन काहीतरी शिकावे लागते. रात्री झोपताना जर आपल्याला, 'अरेच्चा, आज तर मी कोणतीही नवी गोष्ट शिकलो नाही' असे वाटले तर स्वतःला सांगा, 'आजचा दिवस निरर्थक गेला.' दररोज काहीतरी नवीन शिकणे, हीच ज्ञानप्रेमाची कसोटी आहे. एवढेच नव्हे, तर तुमच्या चुकांमधूनही नवीन काही शिका, बोध घ्या. आपण जर कोणताच बोध घेतला नाही, तर याचाच अर्थ, आपण अप्रशिक्षित आहात. कारण आत्म-अनुशासित तोच शिष्य असतो, जो दररोज काही संकल्प घेऊन, शिकत राहतो. स्वतःच्या शरीराचा स्वामी होऊन, त्याच्यावर प्रेम करून त्याला आपला मित्र बनवतो आणि अभिव्यक्तीसाठी त्याचे सहकार्य घेतो. शिवाय, विश्वात नवनव्या गोष्टींची निर्मिती करून आश्चर्यकारक गोष्टी आविष्कृत करतो.

# १०

# नरेंद्रच्या परीक्षेची वेळ

**हृदय आणि बुद्धीच्या संघर्षात नेहमी हृदयाचेच ऐका.**

एकदा नरेंद्रचे वडील त्यांचे काम संपवून घरी परतत होते. परंतु अचानक मध्येच त्यांना थकल्यासारखे जाणवू लागले. घरी पोहोचल्यानंतर तर त्यांच्या छातीतच दुखायला लागले. हे पाहून नरेंद्रच्या आईने, भुवनेश्वरीदेवींनी स्वत: औषधी लेप बनवला आणि तो त्यांच्या छातीवर लावला. त्यामुळे थोडा वेळ त्यांच्या वेदना थांबल्या; पण थोड्या वेळाने त्यांना पुन्हा त्रास होऊ लागला. त्यांनी भुवनेश्वरीदेवींना बोलावले. त्या येईपर्यंत नरेंद्रचे वडील, विश्वनाथ जमिनीवर कोसळले आणि डॉक्टरांना बोलावण्याआधीच त्यांनी अखेरचा श्वास घेतला. परंतु या सर्व गोष्टींपासून अनभिज्ञ असलेला नरेंद्र मात्र आपल्या मित्राच्या घरी अभ्यास करून आरामात झोपला होता.

रात्री हेमाली नावाचा नरेंद्रचा शेजारी ही वार्ता सांगण्यासाठी त्याच्या मित्राच्या घरी पोहोचला. तिथे त्याला पाहताच हेमाली गहिवरून म्हणाला, ''नरेंद्र, तू आत्ताच्या आत्ता माझ्याबरोबर चल. तुझ्या बाबांचं निधन झालं आहे आणि सगळे तुझी प्रतीक्षा करत आहेत.'' वडिलांच्या मृत्यूची बातमी ऐकताच नरेंद्र नखशिखान्त हादरला. क्षणभर त्याला काहीच सुचले नाही. नव्हे, त्या गोष्टीवर त्याचा विश्वासच बसला नाही. कारण अशा दु:खद घटना

यापूर्वी त्याच्या आयुष्यात कधी घडलीच नव्हती.

स्वामी विवेकानंदांच्या आयुष्यात केवळ दोन वेळाच अशा घटना घडल्या होत्या, ज्यांना ते दुःखद समजत होते. पहिली घटना म्हणजे त्यांच्या वडिलांचा अचानक झालेला मृत्यू आणि दुसरी घटना घडली तेव्हा ते प्रवचन देत होते. कित्येक ठिकाणी तर भाषण, प्रवचन दिल्यानंतरही लोकांमध्ये विशेष परिवर्तन घडत नसल्याचे त्यांच्या लक्षात आले. कारण लोक काही काळानंतर पुन्हा पूर्वीप्रमाणेच वागत. या गोष्टीची खंत लागून ते अतिशय दुःखी व्हायचे. सुरुवातीला तर लोक उत्सुकतावश काही गोष्टींचा स्वीकार करायचे; मात्र थोड्याच दिवसांनी पुन्हा 'जैसे थे', जसेच्या तसेच वागायचे.

वडिलांच्या मृत्यूने नरेंद्रला मोठा धक्का बसला होता. हा अचानक झालेला आघात तो सहन करू शकला नाही. त्यामुळे मृत्यू सर्वांनाच भयंकर दुःख देतो, असा त्याचा समज झाला. त्यानंतरही त्याच्या आयुष्यात अनेक संकटे, आपत्तींचा सामना त्याला करावा लागला; परंतु तोपर्यंत तो परिपक्व, समजूतदार झाला होता. त्याच्या वडिलांनी कुटुंबासाठी काही धन, संपत्ती ठेवली नसल्याने त्याला आर्थिकदृष्ट्या अनेक समस्यांना सामोरे जावे लागले.

नरेंद्रची आई सात्त्विक वृत्तीची स्त्री होती. ज्या वेळी त्यांच्या कुटुंबाचा महिन्याचा खर्च एक हजार रुपये असायचा, त्या वेळीदेखील सुज्ञपणाने त्या त्यातून तीस रुपयांची बचत करत. मात्र, आता सगळ्या कुटुंबाची जबाबदारी नरेंद्रवर येऊन पडली होती. कुटुंबाचा उदरनिर्वाह करण्यास त्याला अनेक अडचणींचा सामना करावा लागत असे. त्यात त्याला कुठे नोकरीही मिळत नव्हती. त्याच्या काही मित्रांनीही त्याला मदत करण्यास नकार दिला. शिवाय, काही मित्र कदाचित नरेंद्रचा आत्मसन्मान दुखावेल म्हणून मदत करायला घाबरत होते. ते नरेंद्रचा स्वभाव योग्य प्रकारे जाणत होते. नरेंद्रचे काही मित्र गोष्टी फिरवून सांगत, 'अरे, आज माझ्या घरी पार्टी आहे तेव्हा तुला यायलाच हवं.' असे सांगण्यामागे नरेंद्रची किमान एकवेळची तरी जेवणाची सोय होईल, हा मित्रांचा उद्देश असायचा.

नरेंद्र विचार करायचा, 'माझ्या घरातील लोक उपाशी आहेत आणि मी मेजवानीसाठी कसा जाऊ? तिथे मी पोटभर खाईन; पण माझ्या घरचे लोक? त्यांचं काय?' ज्या दिवशी घरी खायला काहीच नसायचे, तेव्हा 'मला एका मित्राने जेवायला बोलावलं आहे' असे सांगून तो घराबाहेर पडायचा, संपूर्ण दिवस नोकरीच्या शोधार्थ वणवण भटकून उपाशी राहायचा.

> एके दिवशी नेहमीप्रमाणे सकाळीच नरेंद्र पूजेला बसला आणि नामस्मरण करू लागला. तेवढ्यात त्याची आई तिथे येऊन म्हणाली, 'अशा प्रकारे पूजा-पाठ करून काय होणार आहे? परमेश्वरानं आपल्याला आजवर काय दिलं आहे? तेव्हा या सर्व गोष्टी सोडून दे.' आईचे बोलणे ऐकून नरेंद्रच्याही मनात त्याक्षणी खरोखर हाच प्रश्न निर्माण झाला, 'ईश्वराची पूजा करून आयुष्यात मी काय प्राप्त केलं?'

अनेक प्रयत्न करूनही नरेंद्रला कुठेच नोकरी मिळत नव्हती. एक-एक दिवस त्याला युगासारखा भासत होता. सभोवताली चिंता आणि समस्यांचे मोहोळ उठले होते. अशातच त्याची ईश्वराविषयीची श्रद्धा कमी होऊन तो नास्तिकतेकडे वळला. या दरम्यान त्याला दक्षिणेश्वरला रामकृष्णांकडे जायला क्षणाचीही उसंत मिळाली नव्हती. अशा प्रकारे नियती त्याची कठोर परीक्षा घेत होती, की त्याला कठीण प्रशिक्षण देत होती, हे तर आगामी काळच ठरवणार होता.

# ११

# चारित्र्यवान नरेंद्र

**इतरांना प्रसन्न करण्यासाठी ढोंगीपणा करू नका किंवा कोणाच्याही दबावाखाली जगू नका. समोर कितीही संकटं आली, तरी शक्तीच्या आणि पावित्र्याच्या बळावर तुमच्या आदर्शांवरच दृढ राहा. मग कालांतराने जग तुम्हांला नक्कीच मानसन्मान देईल.**

एखादा मनुष्य चारित्र्यसंपन्न कसा बनतो आणि त्याच्या व्यक्तिमत्त्वाचा इतरांवर कशा प्रकारे प्रभाव पडतो, याचे आदर्श उदाहरण म्हणजे स्वामी विवेकानंद! अत्यंत प्रतिकूल परिस्थितीतही आपण चारित्र्याची शुद्धता अबाधित ठेवू शकतो, हे स्वामीजींचे जीवनचरित्र वाचताना जाणवते. अशाच काही घटनांचा मागोवा घेऊ या–

१

वडिलांच्या मृत्यूनंतर चरितार्थ चालवण्यासाठी नरेंद्रला अनेक कठीण प्रसंगांना सामोरे जावे लागले. त्याचे काही मित्र गैरमार्गाने जास्त पैसे कमावत होते. त्यांनी या अनैतिक कार्यात नरेंद्रला भागीदार होण्याचे सुचवले, त्याचबरोबर एका श्रीमंत महिलेने नरेंद्रसमोर एक अयोग्य प्रस्ताव ठेवला. त्या महिलेने नरेंद्रला त्याच्या कुटुंबाची आर्थिक दुर्दशा दूर करण्याचे वचनही दिले; परंतु नरेंद्रने असे गैर प्रस्ताव ताबडतोब धुडकावून लावले.

नरेंद्रच्या एका मित्राचा छापखान्याचा व्यवसाय होता. त्याला

आयुष्यात मौजमस्ती करायची होती, शिवाय पैसाही कमवायचा होता. नरेंद्रची खालावलेली आर्थिक स्थिती पाहून त्या मित्राने त्याला काही पुस्तके लिहिण्यासंबंधी सुचवले. तो मित्र नरेंद्रला त्याच्या घरी घेऊन गेला आणि त्याने काही अश्लील पुस्तकं दाखवली.

तो म्हणाला, ''नरेंद्र, ही पुस्तकं वाच. यातूनच तुला लिखाणासाठी मसाला मिळेल. तू ही घरी घेऊन जा आणि त्यांच्या आधारे काही मसालेदार पुस्तकांचं लिखाण कर. त्या पुस्तकांतील दोन शब्द वाचताच स्त्री-पुरुष, दोघांनाही मजा वाटायला हवी. अर्थात, त्याला शोभेलशी चित्रं आम्ही जमवूच.''

नरेंद्रने ती पुस्तकं पाहिली आणि पाहताक्षणीच रागाने फेकून दिली. तो ओरडला, ''मी अशा प्रकारची अश्लील पुस्तके कधीच लिहिणार नाही.... मी कोणतेही अनैतिक कृत्य करणार नाही.''

त्यावर त्याच्या मित्राने विदेशी लेखकांची पुस्तके बंगाली भाषेत, स्वतःच्या नावावर लिहून खपवण्याचे काम करण्यास सुचवले. त्यावरही 'मी कोणतंही अधर्माचं काम कदापि करणार नाही' असे नरेंद्रने निक्षून सांगितले आणि तो तिथून बाहेर पडला.

आपल्या मित्राच्या या वागण्यामुळे नरेंद्र खूपच व्यथित झाला होता. पण त्याने आपल्या मूळ स्वभावानुसारच त्याला सडेतोड उत्तर दिले होते. स्वतःचे चारित्र्य डागाळले जाईल आणि कुटुंबाची मान शरमेने खाली जाईल, असे कोणतेही अयोग्य काम करणे नरेंद्रला कदापि स्वीकारार्ह नव्हते.

### २

त्यानंतर नरेंद्र कामाच्या शोधात आपल्या दुसऱ्या मित्राच्या घरी गेला. त्यांचा हा मित्र अट्टल दारुडा होता. चिंतामग्न आणि हताश झालेल्या नरेंद्रने आपले मन या मित्रापाशी मोकळे केले.

नरेंद्रच्या या मित्रासाठी पैसा म्हणजेच जीवनाचे एकमेव सत्य होते, तर ईश्वर म्हणजे निव्वळ एक भ्रामक कल्पना! पण नरेंद्रसाठी मात्र ईश्वर ही केवळ एक कल्पना नव्हती, तर त्याच्या जीवनाचे एकमेव ध्येय होते, 'ईश्वरप्राप्ती'. आता हे ध्येय प्राप्त करणे त्याच्यासाठी कठीण जरी असले, तरी ते अशक्य मात्र मुळीच नव्हते.

नरेंद्रचा मित्र स्वतः मदिरापान तर करतच होता, शिवाय तो नरेंद्रलाही मद्य पाजण्याचा अयशस्वी प्रयत्न करत होता. तो निरनिराळ्या प्रकारे मदिरेचे महत्त्व नरेंद्रला समजावत होता.

पण त्याला कडाडून विरोध करत नरेंद्र म्हणाला, ''जो पदार्थ मनुष्याची बुद्धी भ्रष्ट करतो, तो त्याच्या शरीरासाठी आणि मनासाठी विषासमानच आहे म्हणून मी हे विष कधीच पिणार नाही.''

या दोन्ही घटनांतून नरेंद्रच्या चारित्र्यातले गुण प्रकर्षाने आपल्यासमोर येतात. प्रतिकूल परिस्थितीतही नरेंद्रने कोणताही अयोग्य प्रस्ताव कधीच स्वीकारला नाही. तो नेहमीच धर्माच्या मार्गावरून ठामपणे वाटचाल करत राहिला. कुटुंबाच्या निर्धनतेमुळे नरेंद्रच्या व्यक्तिमत्त्वातील आणखी एक गुण उजळून निघाला. तो म्हणजे, 'गरिबांबद्दल, समाजातील पीडितांबद्दल त्यांना असणारी सहानुभूती!' रामकृष्ण परमहंसांच्या मते, नरेंद्र जर श्रीमंतीत वाढला असता, तर त्याचे व्यक्तिमत्त्व पूर्णपणे वेगळे घडले असते. त्या वेळच्या परिस्थितीनुसार मग तो कदाचित राजनीतिज्ञ, वकील, वक्ता किंवा सम ाजसुधारक झाला असता. मात्र तसे न होता, नरेंद्रने स्वतःचे जीवन मानवतेच्या सेवेसाठी पूर्णपणे अर्पण केले. नरेंद्रच्या जीवनातील आणखी एका उदाहरणातून आपल्याला त्याच्या प्रभावशाली व्यक्तिमत्त्वाचे दर्शन घडते.

## ३

एकदा नरेंद्रच्या एका परदेशी मित्राने त्याचे गुरू श्री रामकृष्ण परमहंस यांना भेटण्याचा आग्रह धरला. तो म्हणाला, ''मला त्या थोर विभूतीला भेटायचं आहे, ज्याने आपल्यासारख्या महान व्यक्तिमत्त्वाला घडवलं.''

नरेंद्रने जेव्हा या मित्राला आपल्या गुरूंची भेट घडवली, तेव्हा तो रामकृष्णांचा पेहराव पाहून आश्चर्यचकित झाला. तो मित्र म्हणाला, ''हा मनुष्य तुमचा गुरू कसा असू शकतो! याला तर स्वतःचा पेहराव कसा असावा, याचंही भान नाही.''

त्यावर नरेंद्र मोठ्या विनम्रतेने उद्गारले, ''मित्रा, तुमच्या देशात चारित्र्याची निर्मिती एखाद्या शिंप्याकडून होत असेल; परंतु आमच्या देशात मनुष्याच्या चारित्र्याची जडणघडण त्याच्या आचारविचारांतूनच होते.''

खरेच! नरेंद्रच्या या शब्दांमध्ये इतकी ताकद होती, की एखाद्याच्या विचारांमध्येही आमूलाग्र बदल घडावा.

४

अशाच आणखी एका घटनेतून नरेंद्रचे आत्मबळ आणि लोकांविषयी त्याच्या मनात असलेल्या प्रेमाचे, निष्ठेचे भाव प्रकट होतात. अमेरिकेत होणाऱ्या एका महाधर्मसभेत सर्व धर्मांचे लोक आले होते. सभास्थळी पोहोचताच स्वामीजींना एक गोष्ट प्रकर्षाने जाणवली. ती म्हणजे, भारतातून आलेल्या हिंदू संन्याशांना त्या सभेत उपस्थित असणारे लोक मुळीच मान-सन्मान देत नव्हते. किंबहुना त्यांच्याकडे तुच्छ दृष्टीनेच पाहिले जात होते. अशा अपमानजनक परिस्थितीत कोणत्याही सामान्य माणसाला संतापच आला असता; पण स्वामीजी मात्र शांत होते. ते व्यासपीठावर गेले आणि त्यांनी भाषणाला सुरुवात केली, 'माझ्या प्रिय अमेरिकी बंधू आणि भगिनींनो...' त्यांच्या या शब्दांनी तिथल्या लोकांवर अशी काही जादू झाली, की संपूर्ण सभागृह काही वेळ टाळ्यांच्या कडकडाटात न्हाऊन निघाले.

त्यानंतर स्वामीजींनी आपल्या भाषणातून भारतीय संस्कृतीमध्ये आढळणाऱ्या सर्वमान्य शिष्टाचारांची ओळख सर्वांना करून दिली. स्वामीजींचे भाषण इतके प्रभावी आणि हृदयस्पर्शी होते, की उपस्थित श्रोतृवृंद मंत्रमुग्ध होऊन त्यांचे भाषण ऐकत होता. स्वामीजींना व्यासपीठावर बोलण्यासाठी केवळ पाच मिनिटांचा वेळ देण्यात आला होता; पण ते तब्बल २० मिनिटे बोलत होते आणि श्रोत्यांनी त्यांना भरभरून दाद दिली. त्यानंतर तिथल्या वर्तमानपत्रांमध्ये स्वामीजींच्या भाषणाला नावासह प्रसिद्धी मिळाली.

'चारित्र्य ही आपली सर्वात मौल्यवान संपत्ती आहे,' या समजेच्या आधारावरच आपल्याला जीवन जगायला हवे. दैनंदिन जीवन जगत असतानाच, आपल्या विचारांचा पाया इतका पक्का व्हायला हवा, की कोणत्याही वादळाने तो डळमळता कामा नये.

नरेंद्रच्या जीवनातील या घटना वाचल्यानंतर त्याच्या व्यक्तिमत्त्वातील गुण आपल्याला प्रकर्षाने दिसून येतात. ज्या मित्रांसोबत तो राहत होता, त्यांच्या संगतीचा कोणताही वाईट परिणाम त्याच्यावर कधीच झाला नाही. खरे तर मनुष्यावर सर्वाधिक प्रभाव त्याच्या मित्रांचाच असतो; पण नरेंद्र मात्र अपवाद ठरला. चिखलातून कमळ उगवावे, त्याप्रमाणे नरेंद्र मित्रांच्या दुर्गुणांपासून दूर राहिला.

चारित्र्यसंपन्न होण्यासाठी आपण काही सद्‌गुणांची जोपासना करायला हवी. हे सद्‌गुण आपल्या जीवनाचे अविभाज्य अंग बनायला हवेत. त्यासाठी सातत्यपूर्वक सद्‌गुणांचाच ध्यास घ्यायला हवा. मग आपले आयुष्य म्हणजे जणू गुणांची खाण बनेल... सद्‌गुणांच्या प्रकाशात आपले अवघे आयुष्य उजळू लागेल. नरेंद्र 'सर्वगुणसंपन्न' ठरले, ते काही विशिष्ट गुणांमुळेच! अशाच काही सद्‌गुणांविषयी जाणून घेऊ या–

१. लोककल्याणाची भावना : अव्यक्तिगत, निःस्वार्थ भावना.

२. प्रावीण्य : एखाद्या विषयाचे सर्वांगीण ज्ञान प्राप्त करून त्यात प्रावीण्य मिळवणे, एका विशिष्ट कार्यात कुशलता प्राप्त करणे.

३. स्वाध्याय : आत्मपरीक्षण करून स्वतःचे आणि स्वतःच्या विचारांचे अवलोकन करणे.

४. संयम : आपल्या चुकीच्या वृत्तींवर नियंत्रण ठेवणे.

५. वक्तशीरपणा : दूरदृष्टीचे भान बाळगून वेळेवर सर्व कामे पूर्ण करणे.

६. स्वतःच्या सिद्धान्तांवर दृढ राहणे : कोणत्याही परिस्थितीत स्वतः निर्धारित केलेल्या तत्त्वांशी तडजोड न करणे. आपले लक्ष सदैव आपल्या ध्येयावरच केंद्रित करणे.

७. जबाबदारी निभावणे : नवीन जबाबदारी स्वीकारण्याचे साहस करणे.

८. वचनबद्धता : आपण दिलेला शब्द, वचन, प्रतिज्ञा कसोशीने पाळणे.

९. प्रामाणिकपणा : स्वतःवरील विश्वासाला तडा जाऊ न देणे.

१०. पावित्र्य : नकारात्मक भावनांपासून दूर राहणे.

# १२

# सर्वोच्च प्रार्थना

**कुठल्याही गोष्टीला घाबरू नका. तुम्ही अद्‌भुत कार्य करू शकता. निर्भयतेचा गुण एका क्षणात तुम्हांला परमानंदाचा अनुभव देऊ शकतो.**

आपल्या आर्थिक दुर्दशेमुळे दुःखी झालेल्या नरेंद्रच्या मनात विचारांचे काहूर माजले होते. अशाच विचारांच्या गर्तेत बुडालेला असताना तो एका मध्यरात्री भर पावसात भिजत घरी निघाला, तेव्हा त्याच्या हृदयातून एक साद उमटली. परिणामी, त्याच्यातील विवेक जागृत झाला.

'माझ्यापेक्षा अधिक शक्तिशाली असा कोणीतरी आहे, जो माझी समस्या सोडवू शकतो' हा विश्वास मनुष्याच्या मनात निर्माण झाल्यावर, तो संपूर्ण एकाग्रतेने प्रार्थना करू लागतो. आपल्या या प्रार्थनेचे परिणाम पाहिल्यानंतर त्याच्या अंतर्यामी भक्ती जागृत होते. 'निस्सीम भक्ती' हाच रामकृष्ण परमहंसांच्या जीवनाचा पाया होता. नरेंद्रचा मूर्तिपूजेवर विश्वास नसला तरी रामकृष्ण परमहंस मात्र कालीमातेचे भक्त होते. ते दररोज नित्यनेमाने कालीमातेची पूजा-आराधना करायचे.

एखादा छोटा मुलगा जेव्हा आपल्या आईवडिलांसोबत पहिल्यांदाच मंदिरात जातो, तेव्हा त्याच्या अंतर्यामी भक्तिभाव नसतो. तो तिथले वातावरण पाहतो. मंदिरात अनेक लोक येत आहेत... कोणी डोक्यावर रुमाल ठेवून, कोणी गंधाचा टिळा लावून, तर कोणी हात जोडून ईश्वरमूर्तीसमोर झुकत आहे.... फुले-फळे वाहत आहे, आदराने प्रसाद घेत आहे. मंदिरामध्ये मनुष्याला थोडा जरी प्रसाद मिळाला, तरी तो खूप आनंदाने स्वीकार

करतो. मात्र तितकाच प्रसाद जर त्याला घरी मिळाला, तर त्याला तितका आनंद होत नाही.

त्याचे आईवडीलही इतरांप्रमाणेच ईश्वराच्या मूर्तीसमोर हात जोडून उभे आहेत, तेही प्रसाद घेत आहेत, याचे मुलगा निरीक्षण करत असतो. तो त्यांना विचारतो, 'तुम्ही हे काय करताय?' आईवडील त्याला समजावून सांगतात, 'आम्ही ईश्वराची प्रार्थना करत आहोत. प्रार्थनेद्वारे आपण ईश्वराशी संवाद साधून त्याच्याकडे हवं ते मागू शकतो.' हे ऐकल्यावर त्या मुलाच्या मनातही विचार येतो, 'या मंदिरात ठेवलेल्या मूर्तीशी तर सर्व जण बोलत आहेत; पण ही मूर्ती माझ्याशी कधी बरं बोलेल?' त्याच्या याच विचारांचे रूपांतरण प्रार्थनेत होते. मग 'हे ईश्वरा, माझ्याशी बोल' अशी मागणी तो करतो आणि ही मागणीच प्रार्थना बनते. या प्रार्थनेतूनच सुरुवात होते भक्तीची...

जसजसे मुलाचे वय वाढत जाते, तसतसा मुलाच्या प्रार्थनेतही बदल होऊ लागतो. जेव्हा त्याच्या लक्षात येते, 'मी अमुक एक गोष्ट मिळावी म्हणून प्रार्थना केली होती, ती पूर्ण झाली आहे...' तेव्हा त्याच्या मनात ईश्वराबद्दल विश्वास जागृत होऊ लागतो. अशाच प्रकारे, कोणत्याही मनुष्याला जेव्हा 'आपण ईश्वराकडे जे काही मागू, ते आपल्याला प्राप्त होतेच' हा विश्वास वाटू लागतो, तेव्हा त्याच्या अंतर्यामी एक सर्वश्रेष्ठ प्रार्थना उमटते. ती म्हणजे, 'हे ईश्वरा, मला आता तुझ्यापेक्षा कमी काहीच नको. तुझ्यापेक्षा कमी काहीतरी मिळाल्याने आता मी मुळीच संतुष्ट होणार नाही आणि तुझ्यापेक्षा मौल्यवान असे या जगात काहीच नाही.'

नरेंद्रसोबतही अगदी असेच घडले. आपल्या आर्थिक समस्यांमुळे त्रासलेल्या नरेंद्रने पहिल्यांदाच रामकृष्णांकडे काहीतरी मागणी केली. तो म्हणाला, ''तुम्ही नेहमी कालीमातेशी बोलत असता. मग माझ्या कुटुंबासाठीही काहीतरी मागा, जेणेकरून आमचं जीवनमान सुधारेल.'' त्यावर रामकृष्ण उत्तरले, ''मी तर अशा गोष्टी कधीच मागत नाही. तू स्वतःच जाऊन देवीशी का बोलत नाहीस? आज मंगळवार आहे, जा.... तुला जे मागायचं असेल ते तू स्वतः जाऊन माग.'' नरेंद्र मंदिरात गेला आणि कालीमातेच्या मूर्तीसमोर ध्यानस्थ बसला. मात्र, थोड्या वेळाने त्याच्या मनात उमटलेल्या भक्तिभावाने त्याला दिव्य अनुभूती आली आणि काही न मागताच तो तिथून परतला.

दुसऱ्या दिवशी रामकृष्णांनी विचारले, ''काल मातेकडे काही मागितलेस का?'' नरेंद्र म्हणाला, ''नाही, मी काहीच मागू शकलो नाही.'' रामकृष्ण

म्हणाले, ''ठीक आहे, मग आज मागून बघ.''

नरेंद्र त्या दिवशीही मंदिरात गेला, पण पुन्हा तीच परिस्थिती! नरेंद्रच्या लक्षात आले, ठाकूर वारंवार त्याला मंदिरात जाण्याचा आग्रह करत होते. जणू तो तत्काळ मंदिरात गेला नाही तर खूप उशीर झालेला असेल.... तिसऱ्यांदा गेल्यावरही तो कुटुंबासाठी काहीच मागू शकला नाही. मग तो कालीमातेकडे 'मला भक्ती आणि त्यागाची शक्ती दे' असे वरदान मागून परत आला. ठाकूर बसल्या जागेवरून हे सर्व पाहत होते. नरेंद्र मंदिरातून बाहेर आल्यावर ते त्याच्याजवळ गेले. नरेंद्र त्यांना म्हणाला, ''ठाकूर, मी आजही कालीमातेकडे माझ्या आई आणि बंधूंसाठी काहीच मागू शकलो नाही. आता तुम्हीच मला असं एखादं वरदान द्या, जेणेकरून माझ्या कुटुंबाचं दारिद्र्य दूर होईल. तुम्ही एकदा जरी असा आशीर्वाद दिला, तरी आमचं दैन्य दूर होईल.''

त्यावर ठाकूरांनी विचारले, ''तुझा माझ्यावर विश्वास आहे का?''

नरेंद्र उत्तरला, ''होय, माझा तुमच्यावर दृढ विश्वास आहे.''

नरेंद्र अजूनही त्यांच्या चरणांशी लीन होता. ठाकूर त्याच्याकडे पाहतच राहिले आणि थोड्या वेळाने म्हणाले, ''नरेंद्र, तू निश्चिंत मनानं घरी जा. यापुढे तुझ्या घरात कधीच दोन वेळच्या अन्नाची ददात भासणार नाही. कपडालत्ताही पुरेसा नक्कीच मिळेल.''

या घटनेनंतर नरेंद्रच्या जीवनात परिवर्तन घडायला सुरुवात झाली. त्याला अनुवादकाचे काम मिळाले, त्यानंतर शिक्षकाची नोकरीही मिळाली. मग अन्नासाठी चाललेली त्याची वणवण थांबली. आता त्याचे जीवन पूर्वीसारखे ऐषारामाचे नसले, तरी उपजीविकेची कमतरता त्याला कधीच भासली नाही. तो रामकृष्णांकडे आठवड्यातून एक-दोन वेळा तरी जातच होता. तिथे गेल्यावर तो भजने म्हणायचा, संगीताची मैफल जमायची, रामकृष्ण ते ऐकता-ऐकता भावदशेत जायचे. मग भावदशेतून बाहेर आल्यावर ते काही मौलिक बाबी सांगायचे, ज्या 'स्व'अनुभवातून आविष्कृत व्हायच्या. त्यातील काही गोष्टी नरेंद्रला समजायच्या, तर काही मुळीच समजत नव्हत्या; परंतु रामकृष्णांना मात्र त्याच्याबद्दल अपार स्नेह वाटत होता. ते नेहमीच त्याचे कौतुक करत. शिवाय, त्याच्या चुकाही माफ करत. परंतु नरेंद्र मात्र अजूनही त्यांच्याविषयी मनात काही शंका बाळगून होता.

# १३

# पक्व शिष्य : नरेंद्र

**आपल्या मूळ 'स्व'भावाशी प्रामाणिक राहणे**
**हाच सर्वात मोठा धर्म होय म्हणून नेहमी स्वत:वर विश्वास ठेवा.**

नरेंद्र एक निष्कपट शिष्य होता आणि रामकृष्ण शुद्ध, निखालस स्वभावाचे गुरू. नरेंद्रकडे अगदी लहान वयातच एखाद्या पक्व शिष्याप्रमाणे परिपक्वता होती आणि रामकृष्ण वयस्कर असूनही त्यांच्यामध्ये बालसुलभ उत्सुकता होती. नरेंद्रच्या परिपक्वतेमुळे आणि भारदस्त व्यक्तिमत्त्वामुळे तो सोळाव्या वर्षीच एखाद्या विशीतल्या तरुणाप्रमाणे दिसत होता.

या जोडीत शिष्य जितका निष्कपट, तितकाच गुरूही शुद्ध, निर्मळ मनाचा होता. विवेकानंदांनी नेहमीच आपले म्हणणे प्रामाणिकपणे सर्वांसमोर मांडले. शिवाय गुरूंसोबत तर कधीच कपट केले नाही. याउलट हल्लीचे लोक पद-प्रतिष्ठेसाठी किंवा इतर लाभांसाठी, लोभापायी संधी साधून कपटीपणा करतात. मात्र, रामकृष्ण परम हंसांसाठी विवेकानंद म्हणजे साक्षात नारायण होते. त्यांना प्रथमपासूनच आपल्या या शिष्यातील गुणांची ओळख पटलेली होती. त्यांना आपल्या शिष्यातील सरळ साधेपणा आणि प्रामाणिकपणा यांची जाणीव होती.

आपल्या मनोकल्पनेने अथवा अन्य काही गोष्टींनी आपल्यावर होणाऱ्या नकारात्मक परिणामांविषयीही गुरूंना अवश्य सांगायला हवे; पण काही लोक मात्र कपटीपणाने अशा गोष्टी आपल्या मनातच दडवून ठेवतात, कुणालाच काही सांगत नाहीत आणि चुकीचे

निष्कर्ष काढून सत्यापासून दूर होतात. मात्र, शिष्याने जर कपटमुक्त होऊन गुरूंना सांगितले, की 'आपण दिलेल्या मार्गदर्शनाचे मला काही नकारात्मक परिणाम दिसत आहेत,' तर गुरू त्याला योग्य मार्गदर्शन करू शकतील, 'तुला असे वेगळ्या प्रकारचे परिणाम दिसत आहेत याचाच अर्थ तू त्याचा विपरीत अर्थ काढला आहेस.' असे सांगून गुरू त्याला पुन्हा एकदा त्या गोष्टीचा अर्थ योग्य प्रकारे समजावून सांगतील. अशा प्रकारे त्या शिष्याला गुरूंनी केलेल्या मार्गदर्शनाचे नीट आकलन झाल्यावर, त्यानुसार तो ती गोष्ट अमलात आणेल. यासाठी प्रत्येक शिष्याने गुरूंसोबत कपटमुक्त असायला हवे. नरेंद्रही आपल्या गुरूंना प्रत्येक गोष्ट कपटमुक्त होऊन सांगत असे.

तो रामकृष्णांशी मोकळेपणाने बोलताना म्हणत असे, ''मला कालीमाता दिसते, असं तुम्ही नेहमी म्हणता; पण मला तर वाटतं, की तुमच्या मेंदूतच काहीतरी बिघाड झाला असावा, त्यामुळेच कदाचित तुम्हांला तसं भासत असावं.'' आपल्या अशा तिरकस बोलण्यातून नरेंद्र रामकृष्णांसमोर काही जटिल प्रश्न उभे करायचा; पण गुरू रामकृष्णही तितकेच मोकळ्या मनाचे असल्याने त्यांना नरेंद्रच्या अशा बोलण्याचे अजिबात वाईट वाटत नव्हते. उलट ते म्हणायचे, ''अच्छा, असं आहे काय! थांब, मी आत्ताच जाऊन मातेला विचारून येतो.'' मग ते थोडा वेळ मंदिरात जात आणि हसत-हसत बाहेर येऊन सांगत, ''अरे, असं नाहीये... माता म्हणाली, नरेंद्र अजून लहान असल्याने त्याला अद्याप काही गोष्टी ज्ञात नाहीत. पण तो मोठा झाल्यावर, त्याला आपोआप सर्व गोष्टी समजतील.''

रामकृष्णांचा नरेंद्रवर इतका गाढ विश्वास होता, की एखादा बुद्धिमान, विद्वान माणूस त्यांना भेटायला आल्यावर, त्याला ते नरेंद्रसमोर बसवत आणि त्याला सांगत, 'या महोदयांशी चर्चा कर.' चर्चेदरम्यान नरेंद्र देत असलेले दाखले ऐकून रामकृष्णांना अतिशय आनंद होत असे. 'व्वा! काय बोललास, किती छान उदाहरण दिलंस...' असेही ते म्हणत. पण रामकृष्ण आपल्याशी असे का वागतात, यामागचे कारण त्या वेळी नरेंद्रच्या लक्षात येत नव्हते. मात्र, काही कालावधीनंतर ही त्यांची लीला असल्याचे नरेंद्रच्या लक्षात आले. त्याला वाटायचे, 'मी योग्य तेच बोललो. मी त्या विद्वानांना किती चपखल उदाहरणं दिलीत! शिवाय, मी निरनिराळ्या ग्रंथांचे संदर्भही त्यांना दिले.' अशा प्रकारे, रामकृष्ण शांतपणे आपल्या शिष्याचे बोलणे ऐकत असत.

अनेकदा नरेंद्रने आपल्या गुरूंची परीक्षाही घेतली होती. रामकृष्ण परमहंस पैशाला, संपत्तीला हातही लावत नाहीत, हे नरेंद्रला चांगल्या प्रकारे

ठाऊक होते; पण याची खातरी पटावी म्हणून त्याने एकदा एक रुपयाचे नाणे रामकृष्णांच्या अंथरुणात उशाखाली लपवले. काही वेळाने रामकृष्ण अंथरुणावर बसले. पण काय आश्चर्य! ते ताबडतोब उठून उभे राहिले आणि इकडेतिकडे पाहू लागले. त्यांना त्रासलेले पाहून इतर शिष्यांनी त्यांना विचारले, "गुरुजी, काय झालं?" त्यावर ते म्हणाले, "मला या ठिकाणी नेहमीपेक्षा वेगळे तरंग जाणवत आहेत. थोडं पाहा बरं..." त्यावर शिष्यांनी अंथरुणातली चादर काढून झटकली, तोच त्यातून लपवलेले ते नाणे खाली पडले. रामकृष्णांनी नरेंद्रकडे दृष्टिक्षेप टाकला. कारण हा खोडकरपणा कोणी केला असेल, हे त्यांच्या लक्षात आले होते. हा सर्व प्रकार पाहिल्यानंतर नरेंद्र तिथून हळूच निघून गेला.

रामकृष्ण परमहंस खरेच एक सिद्धपुरुष आहेत का, त्यांना खरेच कालीमातेचे दर्शन होत असते, की ते अशीच वायफळ बडबड करतात, याची पडताळणी करण्यासाठी नरेंद्र वेगवेगळे प्रयोग करून पाहायचा.

कच्च्या शिष्याच्या मनात असे अनेक प्रश्न येतात. रामकृष्ण परमहंसांचे प्रेमही नरेंद्रला समजून घेता येत नव्हते. त्यामुळेच तो म्हणायचा, "राजा भरताची जशी मरण्याच्या वेळी स्थिती होती, तसंच तुमच्यासोबत होणार आहे. भरत राजाला मृत्युसमयी आपल्या हरणाबद्दल प्रेम वाटू लागलं होतं, त्यामुळे मेल्यानंतर त्यांना हरणाचा जन्म मिळाला, मोक्षप्राप्ती होऊ शकली नाही. तसंच तुमचंही होणार आहे. तुम्ही माझ्यावर इतकं प्रेम करता, हाच मोह तुम्हांला अडकवेल, तुम्ही मुक्त होऊ शकणार नाही." त्यावर रामकृष्ण म्हणायचे, "अरेच्चा! असं आहे का? थांब, मी आताच जाऊन मातेला विचारतो." पण कधी-कधी रामकृष्ण त्याला असेही म्हणायचे, "नरेंद्र, तुझं म्हणणं तर अगदी योग्य, तर्कसंगत आहे; पण मी तरी काय करू, तुला पाहिल्याशिवाय मला चैनच पडत नाही." मग ते मंदिरात जात आणि बाहेर येऊन नरेंद्रला म्हणत, "असं नाही रे... माता म्हणाली, तुला नरेंद्रमध्ये नारायण दिसतो, त्यामुळे त्याच्याबद्दल तुझ्या मनात उत्कट प्रेम आहे. ज्यादिवशी तू नरेंद्रमध्ये नारायण पाहू शकणार नाहीस, तेव्हापासून तुला तो मुळीच आवडणार नाही."

नरेंद्र रामकृष्णांना नेहमी नानाविध प्रश्न विचारायचा आणि रामकृष्ण त्याला जी उत्तरे देत, त्यावर तो मनन करायचा, 'खरंच असं कसं होऊ शकतं?' ईश्वर माणसाचे रूप कसे धारण करू शकेल, हा नरेंद्रच्या मनात वारंवार येणारा प्रश्न! ईश्वराविषयी कल्पना करणे आणि त्याची मूर्ती बनवणे हे बुद्धिहीन लोकांचे काम आहे, असे नरेंद्रला वाटायचे. त्याच्या अशा अनेक शंका-कुशंकांमुळे, रामकृष्णांनी सांगितलेल्या गोष्टी त्याला समजत नव्हत्या. कारण त्या वेळी नरेंद्र कच्चा शिष्य होता. मात्र, वेळेनुसार त्याने रामकृष्ण परमहंसांविषयी जेव्हा सगळे जाणून घेतले, तेव्हा त्याला ते सांगत असलेल्या गोष्टी समजू लागल्या.

एकदा रामकृष्ण आतल्या खोलीत बसले होते आणि नरेंद्र त्याच्या एका मित्रासोबत दिवाणखान्यात होता. दोघा मित्रांमध्ये हसतखेळत गप्पा सुरू होत्या. नरेंद्र सांगत होता, "अरे, हा तांब्या आहे ना, यातही ईश्वर आहे. या वाटीतही ईश्वर आहे..." खरे तर त्या वेळी तो रामकृष्णांनी सांगितलेल्या गोष्टींची चेष्टाच करत होता. तितक्यात रामकृष्ण बाहेर आले आणि त्यांनी नरेंद्रला स्पर्श केला. तत्क्षणी नरेंद्रला अचानक समाधी अवस्थेची अनुभूती आली. या घटनेबद्दल आपल्या आत्मचरित्रात सांगताना स्वामी विवेकानंदांनी लिहिले आहे, 'घरी आल्यानंतरही सलग दोन दिवस मला तोच अनुभव येत होता. रस्त्याने जातानाही तोच अनुभव होता. प्रत्येक ठिकाणी ईश्वराची उपस्थिती मला जाणवत होती. जेवायची वेळ झाल्यावर, मी ताटासमोर नुसताच बसून राहायचो. मग आई विचारायची, 'काय झालं?' तेव्हाही हेच ध्यानात यायचे, की हे अन्न म्हणजे ईश्वर आहे आणि खाणाराही ईश्वरच आहे. अनेकदा आपण कुठे आहोत, आता मला काय करायचं आहे, याचेही भान नसायचं.' दोन दिवसांनंतर नरेंद्र पुन्हा सामान्य स्थितीमध्ये आला. त्या वेळी त्याला जाणवले, इतकी वर्षे तो शास्त्रं, वेद, उपनिषदं यांमधून जे वाचत होता, त्याविषयीचा प्रत्यक्ष अनुभव आता त्याला मिळाला आहे. हा समाधीचा अनुभव घेतल्यानंतरही, पक्का शिष्य होण्यासाठी त्याला तब्बल तीन वर्षांचा कालावधी जावा लागला.

# १४

# भक्त नरेंद्र

**जे इतरांसाठी जगतात, तेच खरे जीवन जगतात.**

नरेंद्र पक्व शिष्य झाल्यावर सर्व गोष्टी बदलल्या. पूर्वी रामकृष्ण नेहमी त्याची वाट पाहायचे, प्रत्येकाकडे नरेंद्र आला की नाही याची चौकशी करायचे; पण आता मात्र असे काहीच घडत नव्हते. नरेंद्रने रामकृष्णांची परीक्षा घेणे थांबवले; तर आता रामकृष्णांनीच नरेंद्रची परीक्षा घ्यायला सुरुवात केली.

नरेंद्र जवळ येऊन बसला तरी रामकृष्ण त्याच्याकडे ढुंकूनही पाहत नव्हते किंवा पूर्वीप्रमाणे त्याला भजन गाण्याचाही आग्रह करत नव्हते. अशा प्रकारे आश्रमाची दिनचर्या तर नेहमीप्रमाणेच सुरू होती; पण नरेंद्रकडे मात्र कोणीच लक्ष देत नव्हते. एखाद्या विषयाची चर्चा सुरू झाल्यानंतर सर्व शिष्य रामकृष्णांच्या निकट येऊन बसायचे; सर्व शिष्य प्रश्नोत्तरे आणि चर्चांमध्ये सहभागी व्हायचे; पण नरेंद्रची कोणी साधी दखलही घेत नसे.

अशा प्रकारे जवळजवळ एक महिना व्यतीत झाला, तरीही रामकृष्णांची नरेंद्रशी तीच वर्तणूक सुरू होती. नरेंद्रचे मात्र नित्यनेमाने आश्रमात येणे-जाणे चालू होते. आणखी एक महिना उलटल्यावर रामकृष्णांनी त्याला विचारलं, ''अरे! इतके दिवस झाले, मी तुझ्याशी बोलत नाही, तुझ्याकडे पाहतही नाही; तरीही तू इथं का बरं येतोस?'' त्यावर नरेंद्र उत्तरला, ''तुम्ही जे सांगता ते ऐकायला मी येतच नाही. मी तर केवळ तुम्हाला पाहायला येतो.''

त्याचे हे उत्तर ऐकून रामकृष्ण समजून चुकले, की आता नरेंद्र केवळ शिष्य राहिलेला नसून, तो भक्त बनला आहे. 'चला, आता नरेंद्र पुढची वाटचाल करण्यासाठी तयार झाला आहे,' असा विचार करत रामकृष्ण आनंदून गेले. मात्र त्यानंतरही त्यांनी नरेंद्रची एक परीक्षा घेतलीच.

ईश्वराचा शोध घेताना प्रत्येक धर्मात कोणकोणत्या टप्प्यातून जावे लागते, याबद्दल रामकृष्णांना पूर्ण कल्पना होती. त्यांनी सर्व प्रकारच्या साधना केल्या होत्या. हिंदू, मुस्लीम, शीख, ख्रिश्चन अशा अनेक धर्मांचा, पंथांचा त्यांनी सखोल अभ्यास केला होता.

एकदा ते नरेंद्रला म्हणाले, ''साधना करत असताना मला काही सिद्धी प्राप्त झाल्या आहेत, त्या मी तुला प्रदान करणार आहे.''

आता नरेंद्रसाठी ही मोठीच परीक्षा होती. कठोर परिश्रमांनंतर प्राप्त होणारी गोष्ट त्याला विनासायास मिळणार होती. मग तो 'नाही' कसे म्हणणार?

नरेंद्रने रामकृष्णांना विचारले, ''या सिद्धी प्राप्त झाल्यानंतर नक्की काय घडेल?'' त्यावर त्यांनी सांगितले, ''ज्ञानप्राप्तीनंतर या सिद्धी तुझ्या अभिव्यक्तीसाठी उपयुक्त ठरतील.'' हे ऐकल्यावर नरेंद्रची द्विधा अवस्था झाली. यापुढील वाटचालीत या सिद्धी उपयोगी पडणार असतील, तर त्या नाकारणे खरोखरच अवघड आहे. थोडा विचार करून त्याने पुन्हा विचारले, ''या सिद्धी प्राप्त केल्यानं ईश्वरप्राप्तीमध्ये मदत मिळणार आहे का?'' रामकृष्ण उद्गारले, ''नाही.'' नरेंद्र तत्काळ उत्तरला, ''असं असेल तर मला या सिद्धी अजिबात नको. आधी मला ईश्वरप्राप्ती होऊ द्या, त्यानंतरच मी सिद्धींविषयी विचार करेन.''

नरेंद्र असा एकमेवाद्वितीय शिष्य होता, ज्याला 'स्वानुभव, अंतिम सत्य' यापेक्षा कमी इतर काहीही नको होते. त्याला केवळ स्वानुभवच प्राप्त करण्याची इच्छा होती, त्याचीच आस होती. रामकृष्ण नरेंद्रला सांगत, ''तू ज्या रूपात ईश्वराला साद घालत असशील, त्याचे ध्यान करत असशील, तेच करत राहा. तुला ईश्वराचा ज्या पद्धतीने स्वीकार करायचा आहे, त्याच पद्धतीने ध्यान आणि प्रार्थना करत राहा. ज्या दिवशी तुझी प्रार्थना पूर्ण होईल, त्या दिवशी तुझी आस्था त्याच रूपात प्रकट होईल हे नक्की. मग तू त्यालाच

ईश्वर समजून तेच रूप मानू लागशील.'' त्यामुळे नरेंद्र सिद्धी प्राप्त करण्याचा प्रस्ताव नाकारत म्हणाला, ''ज्या सिद्धींमध्ये अडकून मी भरकटू शकतो, त्यांची मला काहीच गरज नाही.''

रामकृष्णांचे इतरही काही शिष्य होते. एक दिवस त्यांनी ठरवले, की आपल्या या सर्व शिष्यांना संन्यास-दीक्षा द्यायला हवी. त्यांनी काही शिष्यांना बोलावून घेतले आणि ते नरेंद्रला म्हणाले, ''तू यांचा नेता आहेस, हे भगवे वस्त्र परिधान करून भिक्षा मागायला जा. असं करणे तुला जमेल ना?'' नरेंद्र यासाठी तयार झाला. अशा प्रकारे, भिक्षा मागताना नरेंद्रचा अहंकार कुठे आडवा तर येत नाहीये ना, याची रामकृष्णांनी परीक्षा घेतली होती.

खरेच गुरूला असाच एकमेवाद्वितीय शिष्य हवा असतो, ज्याची ईश्वरप्राप्तीची आस अत्यंत तीव्र असते... ज्याला ईश्वरापेक्षा कमी असे काहीच नको असते... ज्याला केवळ परमानंदाची अवस्था प्राप्त करण्याचीच इच्छा असते. स्वामी विवेकानंद हे असेच एकमेवाद्वितीय शिष्य होते.

# १५

# वासना-विकारांतून मुक्ती

**शक्ती म्हणजेच जीवन, तर निर्बलता म्हणजे मृत्यू होय.**
**विस्तार होणे म्हणजे जीवन आणि संकोच म्हणजे मृत्यू होय.**
**प्रेम म्हणजे जीवन, तर द्वेषभावना मृत्यू होय.**

मनुष्याने कामवासनेपासून मुक्ती मिळवावी यासाठी रामकृष्ण परमहंस कायम आग्रही असायचे. कारण ते जाणत होते, की संसार हा कामवासनेच्या जाळ्यात अडकून पडला आहे. कामवासनेतून सर्वांनी मुक्त व्हायला हवे, असे त्यांचे ठाम मत होते. खरे तर 'कामभावने'चा मूळ उद्देश अत्यंत शुद्ध आणि निराळा आहे. पण मनुष्याने मात्र विचार आणि अति मोहाच्या जाळ्यात अडकून ही नैसर्गिक भावना अतिशय गुंतागुंतीची करून टाकली आहे.

निसर्गाची इच्छा असते, 'वंशसातत्य'. निरनिराळ्या प्रजातींची शरीरे जिवंत राहून प्रजोत्पत्ती होत राहावी आणि सृष्टिचक्र पुढे अविरतपणे सुरू राहावे. जेणेकरून नवीन प्रजाती विकसित व्हाव्यात आणि सृष्टीच्या विकासाचे चक्र पुढे सुरू राहावे. याच उद्देशाने 'कामभावने'ची संकल्पना निसर्गाने निर्माण केली. पण मनुष्याने मात्र अतिलोभापायी कामभावनेला विकृत रूप दिले आणि तिचे रूपांतर वासनेत (लस्टमध्ये) केले. आता हीच गोष्ट पुढील उदाहरणातून समजून घेऊ या –

शरीराला आवश्यक असणारी पोषक तत्त्वे मिळावीत आणि ते ऊर्जावान, सुदृढ बनावे, हाच भोजनाचा मूळ उद्देश असतो. पण आजच्या मोहमयी जगात किती लोक

केवळ याच उद्देशाने सकस आहाराचे भोजन करतात बरे? खूपच थोडे. बहुतांश लोक मात्र पोषकतेपेक्षा आपली रसना तृप्त करण्यासाठीच स्वादाला महत्त्व देऊन भोजन करतात. शिवाय समोर स्वादिष्ट, रुचकर आणि गोडधोड पदार्थ असतील, तर भूक नसतानाही लोक गरजेपेक्षा जास्तच जेवतात. मग हे लोक अतिप्रमाणात खाल्लेले अन्न पचवण्यासाठी पाचक गोळी घेतात. थोडक्यात, शरीर सुदृढ आणि ऊर्जावान असावे, हा भोजनाचा मूळ उद्देश बाजूलाच राहतो आणि अतिभोजनामुळे अपचन, गॅसेस, वजनवाढ अशा असंख्य समस्यांना आमंत्रण मिळते.

मुळात 'भोजन' ही वाईट गोष्ट नसून, 'मनुष्याची भोजनाविषयी असणारी आसक्ती' हीच वाईट गोष्ट आहे. हीच बाब 'कामभावने'साठीही लागू होते. आपल्या समाजव्यवस्थेनुसार, पति-पत्नीमध्ये प्रेमपूर्ण आणि सौहार्दपूर्ण कामभावना असणे, यात काहीच गैर नाही. कारण यामुळेच नवीन सुदृढ पिढी निर्माण होते. पण जेव्हा 'कामभावना' ही केवळ मनोरंजनाचे माध्यम बनते, तेव्हा व्यभिचार सुरू होतो. मग मनुष्याच्या मनात सतत कामवासनेचेच विचार येऊ लागतात, जणू त्याचे जीवन या विषयाच्या आवतीभोवतीच फिरू लागते. काही लोक जेव्हा वैवाहिक जीवनाच्या मर्यादा ओलांडून विवाहबाह्य संबंधांत अडकतात, तेव्हा त्यांचे अध:पतन होऊ लागते. कारण अशा संबंधांमुळे केवळ शारीरिक रोग नव्हे, तर मानसिक विकृतीही बळावू शकतात. व्यभिचारामुळे मनुष्याचे नुकसान तर होतेच; पण ही बाब त्याच्या कुटुंबासाठी आणि पर्यायाने समाजासाठीही अतिशय घातक ठरते.

परमहंसांनी या विषयावर सर्वांना वेळोवेळी मार्गदर्शन केले होते. कारण वासनेच्या भडाग्नीत होरपळून विवेकशक्तीचा मृत्यू होतो, हे ते जाणून होते. वासनांध मनुष्य सतत त्याविषयीच विचार करत बसतो. मग कालांतराने त्याची ही सवय आजाराचे रूप घेते. परिणामी, असा मनुष्य शारीरिक आणि मानसिक स्तरावर नेहमी अस्वस्थ असतो. यामुळे त्याच्या हातून अनेक अपराध घडण्याची शक्यता असते. परिणामी, कुटुंबे उद्ध्वस्त होतात, एका मनुष्याच्या चुकीमुळे अनेकांची आयुष्ये पणाला लागतात. वासना-विकारांमध्ये वाहवत गेल्यामुळेच समाजात अनेक अपराध घडतात. म्हणूनच सर्वांनी आणि विशेषत: आजच्या युवा पिढीने याविषयी जागरूक असायला हवे.

युवावस्थेत असतानाही नरेंद्र नेहमीच गुरूंची आज्ञा शिरोधार्थ मानायचा. गुरूंचा प्रत्येक उपदेश आपल्या जीवनात उतरवण्याचा तो पुरेपूर प्रयत्न करायचा. त्यामुळेच रामकृष्णांचा नरेंद्रवर पूर्ण विश्वास होता. नरेंद्र वासना-विकारांमध्ये कधीच अडकणार नाही, याची जणू त्यांना खात्रीच होती. नरेंद्रच्या आयुष्यातील एक घटना आजच्या

युवापिढीसाठी जणू एक मैलाचा दगडच होय –

नरेंद्रला आश्रमात मिळणारे महत्त्व रामकृष्णांच्या काही शिष्यांना पाहवत नव्हते. म्हणून ते कायम त्याच्याविषयी तक्रारी करत राहायचे. नरेंद्र वाममार्गाला लागला आहे, त्याचे मित्र मद्यपी आहेत, कधी-कधी ते वेश्यागमनही करतात, अशा खोट्या चुगल्या ते आश्रमात सांगायचे. त्याच दरम्यान 'कांतिमोहिनी' नावाची एक वेश्या पहिल्यांदाच कोलकाता शहरात आली होती. शहरात बरेच जण तिला ओळखत होते.

नरेंद्र खरोखरच सात्त्विक आहे, की रामकृष्ण त्याची उगाचच प्रशंसा करतात, याची परीक्षा घेण्याचे एकदा त्याच्या काही मित्रांनी ठरवले. त्या सर्वांनी नरेंद्रला, 'आपल्याला एका परिचिताच्या घरी भोजनासाठी जायचे आहे', असे खोटे सांगून कांतिमोहिनीच्या घरी नेले. तिथं गेल्यावर नरेंद्रला अस्वस्थता जाणवू लागली. थोडा वेळ आराम करण्यासाठी तो खोलीतल्या पलंगावर आडवा झाला. थोडीशी विश्रांती घेतल्यावर, त्याने डोळे उघडले. तेव्हा त्याच्या लक्षात आले, त्याचे सर्व मित्र तिथून निघून गेले आहेत. मग तोही तिथून बाहेर पडू लागला, तितक्यात कांतिमोहिनी तिथे आली. नरेंद्र तिला पाहून चकित झाला. त्याने अतिशय नम्रतेने घरातून बाहेर जाण्यासाठी तिला विनंती केली; पण ती काही केल्या ऐकेचना.

कांतिमोहिनीने आपल्या नखऱ्यांनी, गोड बोलांनी नरेंद्रला रिझवण्याचे अनेक प्रयत्न केले, पण व्यर्थ! शेवटी आपले सारे प्रयत्न विफल झालेले पाहून ती नरेंद्रचे पाय धरून गयावया करू लागली. मग मात्र नरेंद्रचा स्वर कठोर झाला. त्याने स्त्रीचे असे रूप यापूर्वी कधीच पाहिले नव्हते. त्याच्यासाठी प्रत्येक स्त्री ही मातेस्वरूप होती. तो गरजला, 'थांब! या मातीमोल शरीराच्या सुखासाठी तू आजवर काय-काय केलंस... पण कधीतरी या देहाची माती झाल्यावर, मृत्यू झाल्यावर नेमकं काय होतं, याचा विचार कधी केलास? हा नादानपणा सोडून त्या ईश्वराच्या चरणांशी लीन हो, तो अवश्य तुझी मदत करेल आणि असा ढोंगीपणा करणं सोडून दे. कारण स्त्री जर असा ढोंगीपणा करू लागली, तर कोणताही पुरुष इतर दीन-दु:खी आणि भल्या स्त्रीवर विश्वास ठेवू शकणार नाही.'

नरेंद्रचे उद्गार ऐकून कांतिमोहिनी जागीच थिजली. असा पुरुष तिने

आजवर कधी पाहिलाच नव्हता.

नरेंद्रचे मित्र खिडकीतून हा सर्व प्रकार पाहत होते. त्याचे बोलणे ऐकून ते सर्व जण हैराण झाले. त्यांना आपली चूक लक्षात आली. नरेंद्र वासना-विकारातून पूर्णपणे मुक्त झाला असून, त्याचा सत्याचा शोध सुरू आहे, याची त्यांना खातरी पटली. नरेंद्रला कोणत्याही सांसारिक बंधनात बांधणे केवळ अशक्य आहे हे त्यांच्या लक्षात आलं.

रामकृष्णांच्या अखेरच्या दिवसांमध्ये, नरेंद्रने त्याच्या सर्व गुरुबंधूंना एकत्र बोलावले. त्यांच्यासमोर धुनी पेटवून, तो सर्वांना म्हणाला, "आपल्या अंतर्यामी दडलेल्या वासना-विकारांची या अग्नीमध्ये आहुती द्या. जेणेकरून आपले हृदय पवित्र होईल. या पवित्र अग्नीत केवळ कामभावनाच नव्हे, तर इतर वासनाही जळून खाक होतील." त्या वेळी सर्वांच्या हृदयात अपूर्व उल्हास जागृत झाला होता. खरोखरच आपल्या सर्व सांसारिक वासना त्या अग्नीत भस्मसात झाल्या असून मन स्वच्छ झाल्याची जाणीव त्या सर्वांना होत होती. हे शुद्ध मन सत्त्वगुणांच्या दिशेने वेगाने धाव घेत होते. त्या मनामधून संसाराचे अस्तित्व पूर्णपणे नाहीसे झाले होते, आता त्यात सामावलेला होता केवळ आणि केवळ ईश्वरच! अशा प्रकारे नरेंद्रने सर्वांनाच वासना-विकारांतून मुक्त केले.

रामकृष्णांच्या जवळच्या शिष्यांना या संसारातली त्यांची भूमिका स्पष्ट होती. 'संतती-निर्मितीसाठी माझा देह या जगात आला नसून, केवळ मोक्षप्राप्तीसाठी आणि इतरांची चेतना वृद्धिंगत करण्यासाठीच मी या पृथ्वीतलावर आलो आहे,' हे त्यांना पूर्णतः ठाऊक होते.

पण याविषयी आणखी एक महत्त्वपूर्ण समज आपण आत्मसात करायला हवी. 'केवळ संन्यासधर्म स्वीकारणेच योग्य', अशी बहुतांश लोकांची समजूत असते; पण ही एक चुकीची धारणा आहे. सांसारिक आयुष्यातील जबाबदाऱ्या पार पाडणे, मुलांना जन्म देऊन त्यांचे पालनपोषण करणे, यात गैर काहीच नाही. थोडक्यात, 'सांसारिक आयुष्य' आणि 'संन्यासी जीवन' यांपैकी अमुक एक गोष्टच योग्य, अशी चुकीची धारणा बाळगू नका. कारण निसर्गात प्रत्येक मनुष्याची वेगळी भूमिका आहे. विश्वनाथ दत्त आणि भुवनेश्वरीदेवी यांनी जर सांसारिक आयुष्याचा स्वीकार केला नसता, तर स्वामी विवेकानंदांसारखी महान विभूती या विश्वाला लाभली असती का?

आता प्रश्न हा उरतो, की सर्वोत्तम मार्ग कोणता, संसार की संन्यास? तर याबाबत 'मध्यम-मार्गच' सर्वोत्तम ठरतो आणि तो म्हणजे 'तेजसंसारी' बनणे. तेजसंसारी मनुष्य

सांसारिक आयुष्यातील सर्व जबाबदाऱ्यांची आणि कर्तव्यांची पूर्ती करतो; पण तो कोणत्याच गोष्टीमध्ये आसक्त होत नाही. कारण 'मी केवळ शरीर नसून, त्याचं संचालन करणारा ईश्वरच आहे... मी साक्षात 'स्त्रोत, परमचैतन्य' आहे... जे देह-मन-बुद्धी यांपलीकडे असून असीम, निराकार आहे', याचं ज्ञान तेजसंसारी मनुष्याला असते. या सत्याचे ज्ञान आत्मसात केल्याने तेजसंसारी मनुष्याला कोणत्याही अवास्तव इच्छा-आकांक्षा-कामवासना रोखू शकत नाहीत. उलट त्याच्या मनात निर्माण होणारी इच्छा ही शुद्ध, सात्त्विक आणि सत्याप्रत नेणारीच असते. थोडक्यात, संसारात राहूनही असा मनुष्य संन्यस्त वृत्तीने जगत असतो, सत्याची आणि निःस्वार्थ जीवनाचीच अभिव्यक्ती करत असतो.

# १६

# नरेंद्र - एक तपस्वी

**शारीरिक, बौद्धिक किंवा आध्यात्मिक स्तरावर**
**तुम्हांला दुर्बल बनवणाऱ्या गोष्टींना विष समजून त्यांचा त्याग करा.**

कल्पना करा, की एक असे गाव आहे, जिथे एखाद्या नवख्या मनुष्याला प्रवेश करणेही खूपच कठीण असते. कारण अशा गावात प्रवेश करताच कोणत्याही दिशेने बाण येऊ शकतो, कधी एखादा भाला अचानकपणे खुपसला जाऊ शकतो, ध्यानीमनी नसताना एखादा दगड मनुष्याच्या दिशेने भिरकावला जातो, तर कधी एकदम डोळ्यांत धूळ फेकून कोणी पळून जाते.

आता जरा विचार करा, अशा गावात एखाद्या महत्त्वाच्या कामासाठी आपल्याला जायचे असेल, तर आपण कसे जाल? त्या गावात प्रवेश करण्यापूर्वी प्रत्येकाचा इंटरव्ह्यू घेतला जातो. त्या गावाच्या प्रवेशद्वारापाशी बसलेला मनुष्य सर्वांचा इंटरव्ह्यू घेत असतो. आपण त्या गावात जाण्यासाठी पात्र आहोत की नाही, याचा निर्णयही तोच मनुष्य घेतो. इंटरव्ह्यू घेणाऱ्या मनुष्याला त्या गावात नेमक्या कोणत्या घडामोडी घडतात याची पूर्ण कल्पना असते. त्यामुळे तोच ठरवत असतो, की आलेला मनुष्य गावात सुरक्षितरीत्या जाऊ शकेल की जखमी होऊन परतेल. जर तो जखमी झाला, तर त्याची अवस्था अत्यंत बिकट होईल, कपडे फाटतील आणि शरीर रक्तबंबाळ होईल; त्यामुळे गावात जाऊ देण्याअगोदरच त्याची परीक्षा घेतलेली उत्तम. म्हणूनच हा इंटरव्ह्यू अत्यंत महत्त्वाचा असतो. यात जर तुम्ही पात्र ठरलात, तर अशा सर्व हल्ल्यांपासून सुरक्षित राहू शकता.

अशा या अनोख्या गावात जाण्यापूर्वी तुम्हांला ध्यानाचे प्रशिक्षण घेणे अत्यावश्यक ठरते, कारण आपल्याला या गावाविषयी अतिशय तुरळक माहिती असल्याने आपण प्रशिक्षित असणे अत्यंत आवश्यक असते. समजा, एखादा बाण तुमच्या दिशेने आला तर त्याबाबत तुम्ही त्वरित दक्ष व्हाल, की त्या बाणाने रक्तबंबाळ व्हाल, हे सर्वस्वी तुम्ही किती प्रशिक्षित आहात यावरच अवलंबून असेल.

खरे तर धनुष्यातून जेव्हा एखादा बाण बाहेर सुटतो, तेव्हा एक प्रकारचा सूक्ष्म आवाज निघतो. प्रशिक्षित मनुष्यच हा 'सूं-सूं' असा होणारा सूक्ष्म आवाज ऐकू शकतो. तुम्हांला जर ध्यानाचे प्रशिक्षण प्राप्त झालेले नसेल, तर तो सूक्ष्म आवाज तुम्ही कसा बरे टिपू शकाल? मग प्रशिक्षणाच्या अभावी, तुम्ही त्या बाणाने घायाळच व्हाल आणि नंतर 'मी त्या वेळी सजग असतो, तर किती बरं झालं असतं...' असा पश्चात्ताप कराल.

आता या उदाहरणात गाव म्हणजे प्रतीक आहे, 'मोहमायेच्या जगाचे'. मनुष्य जेव्हा सजग नसतो, तेव्हा तो विचार, भावना आणि वृत्ती अशा अनेक रूपांतील बाणांनी घायाळ होतो. कारण प्रशिक्षणाअभावी त्याला विचारांना योग्य दिशा देता येत नाही, भावनांना योग्य प्रकारे हाताळता येत नाही, शिवाय वृत्तींना नियंत्रित करता येत नाही. मग हे विचाररूपी बाण त्याला घायाळ करू लागतात. भावनांचे भाले त्याला रक्तबंबाळ करतात, तर मनोवृत्ती त्याच्या डोळ्यांत धूळफेक करू लागतात. पण मनुष्य जर ध्यानसाधनेने प्रशिक्षित झालेला असेल, तर विकारांना वश न होता तो सर्व अस्त्र-शस्त्रांपासून स्वतःचा बचाव करू शकेल.

मोहमायेच्या या जगात असे अनेक बाण आहेत, जे मनुष्याच्या अंतर्मनावर घाव घालत आहेत. यातून स्वतःचा बचाव करायचा असेल, तर त्यासाठी ध्यानाचे प्रशिक्षण घ्यायला हवे. स्वामी विवेकानंदांच्या व्यक्तिमत्त्वाचा एक मुख्य पैलू म्हणजे, 'ध्यानसाधना'. एका प्रसंगातून त्यांची ध्यानातील तल्लीनता जाणवते.

एकदा नरेंद्र आणि गिरीश नावाचा एक शिष्य दोघे दक्षिणेश्वरला गेले होते. नरेंद्रचे दक्षिणेश्वरला नियमित येणे-जाणे असायचे, शिवाय ठाकूरांशी चर्चाही होत असे. ठाकूरांच्या मार्गदर्शनानुसारच तो ध्यान करत असे. नरेंद्रच्या ध्यानसाधनेवर ठाकूर अतिशय प्रसन्न होते.

आज गिरीशही नरेंद्रसोबत ध्यानमुद्रेत बसला होता. पण त्याचे लक्ष काही केल्या ध्यानावर केंद्रित होत नव्हते. त्याला शरीरावर ठिकठिकाणी डंख झाल्याचे जाणवत होते. बहुधा त्याला डास चावत होते. मात्र तो डोळे न

उघडताच हलक्या हाताने चापट मारत होता. एखाद-दुसरा डास असता, तर काहीच समस्या नसती; पण तिथे तर डासांच्या झुंडीच्या झुंडी होत्या. अशा वेळी गिरीश एकतर ध्यान करू शकत होता किंवा डास मारू शकत होता. एखादा मनुष्य हृदयस्थानावर ध्यान केंद्रित करण्याचा प्रयत्न करत असेल आणि त्याच वेळी त्याच्या संपूर्ण शरीराला डास चावत असतील, तर त्याचे लक्ष डासांकडेच जाणार ना?

आता गिरीश ध्यानातून उठणारच होता. त्याने नरेंद्रचा कानोसा घेतला. तो विचार करू लागला, नरेंद्रने आतापर्यंत डोळे उघडले असते, तर डासांना पळवण्यासाठी त्याने काहीतरी व्यवस्था नक्कीच केली असती. याचाच अर्थ इतके डास दंश करत असतानाही नरेंद्र ध्यानात मग्न आहे. त्याने डासांसमोर शरणागती पत्करलेली नाही. मग मी त्याच्यापुढे हार का मानावी?

खरे तर गिरीशला नरेंद्रसमोर हार मानायची नव्हती; पण डास अविरतपणे त्याच्या शरीराचा चावा घेतच होते. त्याने मोठ्या मुश्किलीने आपले हात आवरले, अन्यथा ते कधीपासूनच डासांना मारण्यासाठी शिवशिवत होते.

त्यानंतर मात्र त्याचे विचारचक्र भलत्याच दिशेने फिरू लागले.... कदाचित नरेंद्रने डोळे उघडले असतील आणि तो माझीच गंमत बघत बसला असेल. कोणास ठाऊक, तो अजूनही ध्यानात बसला असेल की नाही! माझ्या शरीरातील रक्त पिणाऱ्या या डासांना पाहून तो किती आनंदित होत असेल. बहुधा तो मांजरीच्या पावलाने मंदिराकडेही गेला असेल. मग मी त्याला शोधत गेल्यावर, टाळ्या वाजवत तो माझी चेष्टा करेल. वास्तविक या सर्व गिरीशच्या केवळ मनोकल्पनाच होत्या. शेवटी त्याच्या धीराचा बांध सुटला आणि न राहवून त्याने डोळे उघडले.

त्याने पाहिले, नरेंद्र त्याच्या जागेवर निश्चल होता. त्याचे डोळे बंद होते आणि तो ध्यानमग्न झाला होता. त्याला बघून गिरीशचे डोळे अक्षरशः दिपले. कारण जवळच पेटलेल्या धुनीच्या मंद प्रकाशात त्याने पाहिले, नरेंद्रच्या अंगावर एक - दोन डास नव्हे, तर डासांचा थवाच बसला होता.

नरेंद्रला असे ध्यानमग्न पाहून गिरीशला स्वतःच्या विचारांची लाज वाटली. त्याचा गर्व क्षणार्धात नाहीसा झाला. सत्याची आस असलेला मनुष्यच अशा प्रकारे ध्यानात तल्लीन होऊ शकतो, हे त्याला आता पूर्णपणे उमगले होते.

# १७

# नरेंद्रच्या जीवनात गुरूंचे महत्त्व

**पावित्र्य, धैर्य आणि प्रयत्नांच्या साहाय्याने
सर्व विघ्ने नक्कीच दूर होतात.
कोणतेही महान कार्य पूर्ण होण्यासाठी
विशिष्ट कालावधी हा जावाच लागतो, यात शंकाच नाही.**

नरेंद्रची गुरुभक्ती विलक्षण होती. त्याने आपले सर्वस्व गुरू रामकृष्ण परमहंस यांच्या चरणांशी समर्पित केले होते. शरीर त्यागण्यापूर्वी काही दिवस परमहंस अस्वस्थ असायचे. अशा वेळी नरेंद्र दिवसभर गुरूंच्या सेवेत मग्न असायचा. त्यांच्या स्वच्छतेकडे तो जातीने लक्ष पुरवत होता. त्या वेळी त्याला स्वतःचे घरदार, कुटुंब, खाणेपिणे याचे जराही भान नव्हते. केवळ गुरुसेवेचाच ध्यास त्याला लागला होता, त्यावरच त्याचे संपूर्ण लक्ष एकवटले होते आणि समर्पित भावनेने त्याचे हे कार्य सुरू होते. तेव्हाचा हा एक प्रसंग आहे, ज्यातून त्याच्या गुरुभक्तीची झलक आपल्याला पाहायला मिळते.

रामकृष्णांची प्रकृती दिवसेंदिवस अधिकच खालावत चालली होती. सर्व शिष्य आळीपाळीने त्यांच्या सेवेत गुंतले होते. नरेंद्र तर चोवीस तास गुरूंच्या सेवेत मग्न असे. मात्र, एके दिवशी काही अनिवार्य कामासाठी त्याला जायचे असल्याने तो आपल्या गुरुबंधूंना ठाकूरांकडे लक्ष द्यायला सांगून तेथून बाहेर पडला. पण, आश्रमात परतल्यानंतर येऊन पाहतो तो काय, सर्व गुरुबंधू

अंगणात शांत बसून परस्परांकडे बघत होते. सर्वांचे चेहरे काळजीने ग्रासले होते. नरेंद्रला समजेना, नक्की झाले तरी काय? तो सर्वांकडे उत्तराच्या अपेक्षेने पाहू लागला, पण सर्वांचे चेहरे चिंतातुर दिसत होते. त्याच्या अनुपस्थितीत निश्चित काय घडले आहे, हे सांगण्यासही कोणी फारसे उत्सुक दिसत नव्हते.

सर्व जण मौन बाळगून होते. नरेंद्रला पाहिल्यावरही ठाकूरांच्या तब्येतीविषयी बोलण्याची कोणाचीच हिंमत होत नव्हती. नरेंद्रने सर्वांच्या चेहऱ्यावरून नजर फिरवली. तेव्हा लगेच त्याच्या लक्षात आले, हे सर्व जण आपल्यापासून नक्कीच काहीतरी लपवत आहेत.

शेवटी नरेंद्रने पुन:पुन्हा विचारल्यानंतर त्याच्या एका गुरुबंधूने उत्तर दिले, "तुम्ही इथून गेल्यानंतर ठाकूरांना तपासण्यासाठी एक डॉक्टर आले होते. त्यांनी ठाकूरांचा रोग संसर्गजन्य असल्याचं निदान केलं. शिवाय, त्यांची सेवा करणाऱ्यांनाही हा रोग होऊ शकतो असं सांगितलं आहे. त्यामुळे सर्वांनाच सावधगिरी बाळगण्याची सूचना त्यांनी केली आहे."

आता सर्व प्रकार नरेंद्रच्या लक्षात आला. ठाकूरांच्या सर्व शिष्यांमध्ये नरेंद्रच सर्वात जास्त समजूतदार शिष्य होता. ईश्वराची ही लीला त्याला ताबडतोब उमगली. नरेंद्रने सर्वांना आपल्यासोबत ठाकूरांच्या खोलीत येण्यास सांगितले.

नरेंद्रच्या मनात त्या वेळी कोणताही संभ्रम नव्हता. त्याने विनासंकोच ठाकूरांच्या खोलीत प्रवेश केला. त्याचे गुरुबंधूही त्याच्या पाठोपाठ आले.

ठाकूरांच्या खोलीचा दरवाजा खुलाच होता. दुपारी हलके काही खाऊन ठाकूर आराम करत होते आणि एक गुरुबंधू त्यांच्याजवळ बसला होता. नरेंद्रने हाताने खूण करून त्याला बाहेर बोलावले. तोही हलक्या पावलांनी, आवाज न करता बाहेर आला.

नरेंद्रने विचारले, "ठाकूरांनी काही खाल्लं आहे की नाही?"

त्यावर तो गुरुबंधू उत्तरला, "अन्न गिळताना त्रास होऊ नये म्हणून श्री मातेनं ठाकूरांसाठी पातळ गव्हाची खीर पाठवली होती. तरीही ठाकूरांना ती खाताना त्रास होऊ लागला, त्यामुळे त्यांनी ती अगदी थोडीशी कशीबशी खाल्ली. त्यानंतर त्यांना खोकल्याची उबळ आल्यानं, थोडीच खीर त्यांच्या पोटात जाऊ शकली. बाकी राहिलेली खीर तशीच थाळीत पडून आहे."

नरेंद्र आत जाऊन ती थाळी घेऊन आला. त्याने ती थाळी तशीच

तोंडाला लावून सर्व खीर एका दमात संपवली. तिथे उपस्थित गुरुबंधू आश्चर्याने नरेंद्रकडे पाहातच राहिले.

नरेंद्र सर्वांना उद्देशून म्हणाला, ''आजच्या या प्रसंगानंतर आपल्यापैकी कुणीही ठाकूरांचा रोग संसर्गजन्य असल्याची चर्चा करणार नाही.''

या घटनेतून स्वामी विवेकानंदांची खरी गुरुभक्ती झळाळून उठते. त्यांनी नेहमीच गुरू-आज्ञा शिरसावंद्य मानून संपूर्ण विश्वात गुरूंच्या दिव्य संदेशाचा प्रसार केला. अशा प्रकारे गुरूंविषयीची परमभक्ती आणि निष्ठेचे आदर्श उदाहरण त्यांनी जगासमोर ठेवले.

आपल्या गुरुबंधूंना मार्गदर्शन करताना ते नेहमी म्हणायचे– जसे एखाद्या बालकाला आईची नितांत आवश्यकता असते, त्याचप्रमाणे शिष्यालाही गुरूंची गरज भासते. तसे पाहिले तर गुरूंशिवाय आपले जीवन व्यर्थ ठरत नाही; पण त्यांच्याशिवाय जीवनाला फारसं महत्त्वही राहत नाही. Without Guru life is not meaningless but it is less meaningful. गुरूंशिवाय जीवन जगणारे लोक भौतिक सुविधा प्राप्त होताच आनंदी होतात. मात्र, ज्या लोकांना आपल्या जीवनातील सर्व शक्यता विकसित करायच्या असतात, त्यांना गुरू मिळणे अतिशय गरजेचे असते. आपल्या सर्वांवरदेखील अशीच कृपा झाल्याने आपल्याला ठाकूरांसारखे गुरू लाभले आहेत.

मनुष्याला गुरूंचे महत्त्व लक्षात येताच त्याच्या आयुष्यात कृपावर्षाव होऊ लागतो. या अवस्थेप्रत पोहोचण्यासाठी गुरूच साहाय्यक ठरतात. ते आपल्याकडून सत्यश्रवण, मनन, पठण आणि सेवेच्या माध्यमातून काही विशिष्ट प्रयोग करून घेतात. कोणतीही शंका मनात न बाळगता गुरू-आज्ञा मानल्याने मनुष्याला त्याचा लाभ दिसू लागतो. जेव्हा त्याला गुरूंची ओळख पटते, तेव्हा आयुष्यात पहिल्यांदाच आनंद, प्रेम आणि भक्तीची त्याला जाणीव होते. गुरूंच्या सेवेत त्याला परमानंद मिळतो. शिष्यात जर अद्याप काही अहंकार शिल्लक असेल, तर त्यासाठी गुरू त्याच्याकडून सेवा करून घेतात. म्हणूनच शिष्याने सदैव गुरूंची सेवा करत राहायला हवी. शिवाय हीच सेवा जर योग्य समज बाळगून केली, तर ती आपल्याला आत्मसाक्षात्काराप्रत नेईल, यात शंकाच नाही.

गुरूंवर प्रेम करणे म्हणजे ईश्वरावर प्रेम करण्यासारखेच आहे. इथूनच सत्याचे द्वार खुले होते. म्हणूनच गुरूंचे महत्त्व जाणून, आपल्या आयुष्यात त्यांची महत्त्वपूर्ण भूमिका आहे, हे लक्षात ठेवा. सत्याची आस असलेल्या शिष्याने सदैव गुरूंच्या संपर्कात राहायला हवे. मग ते शारीरिक रूपात गुरूंच्या सान्निध्यात राहणे असो किंवा मानसिक रूपातील संपर्क! गुरूंशी संपर्क असणे अत्यंत आवश्यक असते.

# १८

# शारीर शिष्य आणि अशारीर गुरू

**मनुष्याच्या बौद्धिक क्षमता या सूर्यकिरणांसमान असतात.**
**त्या जेव्हा एकवटतात, तेव्हा तळपू लागतात.**

रामकृष्ण परमहंस जीवनाच्या यात्रेत दिवसेंदिवस निराकाराच्या दिशेने म्हणजेच अशारीर अवस्थेकडे वाटचाल करत होते. १६ ऑगस्ट १८८६ च्या रात्री त्यांची प्रकृती अधिकच खालावली. परंतु मध्यरात्रीनंतर त्यांच्या प्रकृतीला थोडा आराम पडला. त्या वेळी सर्व शिष्य त्यांच्या जवळच बसले होते. त्यांनी नरेंद्रला आपल्या जवळ बोलावले आणि आपली अंतिम इच्छा सांगत ते म्हणाले, ''आता मी फार काळ तुमच्या सोबत राहणार नाही. पण मी या शरीराचा त्याग केल्यानंतरही तुम्ही सर्वांनी एकत्र राहावं, अशी माझी इच्छा आहे. तसं पाहिलं तर इतक्या समवयस्क लोकांनी एकत्र राहणं सोपं नसतं. त्यांच्यात कधी-कधी मतभेदही होऊ शकतात. त्यामुळे माझी तुम्हा सर्वांना आज्ञा आहे, तुम्ही सदैव नरेंद्रच्या आज्ञेत राहावं, त्याला साथ द्यावी आणि कधीही, कोणत्याही परिस्थितीत त्याच्यापासून दूर जाऊ नये. यात कोणाला काही अडचण आहे का?''

ठाकूरांच्या आज्ञेत विरोध करण्यासारखे काही नव्हतेच. तसेही सर्व गुरुबंधू नरेंद्रवर निरतिशय प्रेम करीत. त्याच्या इच्छेची त्यांनी कधीही अवहेलना केली नाही.

नरेंद्रकडे दृष्टिक्षेप टाकून ठाकूर म्हणाले, ''माझ्या या सर्व मुलांना मी तुझ्या भरवशावर सोडून जात आहे. त्यांच्याकडे नीट लक्ष दे. अन्यथा, मी गेल्यानंतर हे सर्व जण साधना सोडून आपापल्या घरी गेले असे व्हायला नको. त्यांची साधना निरंतर सुरू

राहावी, ही तुझी जबाबदारी आहे.''

गुरू-आज्ञेचे पालन करणे म्हणजे जणू नरेंद्रसाठी पूजाच होती. त्याने रामकृष्णांना आश्वस्त केले, की त्यांच्या आज्ञेचे पालन अवश्य केले जाईल. मात्र, आता ठाकूरांच्या गळ्याचे दुखणे सहनशक्तीच्या पलीकडे गेले होते. त्यांना असह्य वेदना होत होत्या. त्यांना पुढे काहीच बोलता येईना. ते बराच वेळ शांत राहिले. सर्व शिष्यगण त्यांच्या सभोवताली बसून ध्यानमग्न झाले. काही वेळाने जेव्हा नरेंद्रने डोळे उघडले तेव्हा त्याला ठाकूर अक्षरशः रडताना दिसले.

या वेळी ठाकूरांनी ना आपले अश्रू लपवले, ना मनातील भाव! नरेंद्रने रडण्याचे कारण विचारताच ते म्हणाले, ''नरेंद्र, आज मी तुला माझं सर्वस्व सोपवलं आहे. आजवर जी माता माझ्या शरीरात निवास करत होती, तिचं वास्तव्य आतापासून तुझ्या शरीरात राहील. तुला सर्वस्व देऊन मी मात्र फकीर झालो रे...''

नरेंद्र निःशब्द झाला, त्याच्या मुखातून शब्दच उमटेना! तो कृतज्ञतेने केवळ गुरूंकडे पाहत राहिला. त्यानंतर नरेंद्रने सर्वांना 'हरि ओम तत् सत्'चा जप करायला सांगितले. त्याचबरोबर कीर्तनाचाही गजर सुरू होता. मध्यरात्री रामकृष्ण परमहंसांनी तीन वेळा आपल्या परमप्रिय कालीमातेचं नाव घेतले आणि ते महासमाधी अवस्थेत विलीन झाले, त्यांचा देह निश्चल झाला.

आता शिष्य शरीररूपात अस्तित्वात होता, तर गुरू अशारीर, निराकार स्वरूपात! रामकृष्ण परमहंस आता विवेकानंदांच्या शरीराद्वारे आपला अनुभव घेऊ लागले. विवेकानंदांच्या शरीराच्या माध्यमातून रामकृष्ण परमहंसांची अभिव्यक्ती होऊ लागली. कारण ते आता निराकार झाल्याने जणू विवेकानंदच त्यांचे शरीर बनले होते. शिवाय या सर्व गोष्टी मानवी बुद्धीच्या, तर्काच्या पलीकडे असल्याने त्यांचे शब्दांत वर्णन करणे खरोखरच कठीण आहे, शब्दातीत आहे.

विवेकानंद आणि रामकृष्ण परमहंस यांच्या अद्वितीय जोडीमध्ये आता शिष्य मूर्त स्वरूपात होता आणि गुरू अमूर्त! गुरूने देहान्ताच्या काही क्षणांपूर्वी शिष्याला समाधीचा अनुभव आणि दीक्षा दिली होती. गुरूंकडून दीक्षा मिळाल्यानंतरच विश्वात विवेकानंदांचे कार्य सुरू झाले. आता ते दोघेही तल्लीन शिष्य आणि विलीन गुरू बनले होते. स्वामी विवेकानंद पाच वर्षे आपल्या गुरूंसोबत राहिले. त्या दरम्यान त्यांनी गुरूंकडून सखोल प्रशिक्षण घेतले, वेदान्ताविषयी ज्ञान प्राप्त केले, 'एकम्'शी परिचित झाले. पुढे जाऊन त्यांनी हेच प्रशिक्षण संपूर्ण विश्वाला दिले.

गंगाकिनारी असलेल्या घाटावरच्या स्मशानात त्यांच्या पवित्र देहाला अग्नी देण्यात

आला. त्या वेळी श्री माता हिंदू विधवा प्रथेप्रमाणे विधी करत होत्या. तेव्हा, त्यांच्या कानी आश्वासक शब्द पडले, 'माझा मृत्यू झाला नाहीये! मी फक्त एका खोलीतून दुसऱ्या खोलीत गेलो आहे.'

स्मशानातून परतल्यावर सर्व भक्तांना आश्रम सुनासुना वाटू लागला. सर्वत्र रिक्तता जाणवू लागली. रामकृष्ण परमहंस त्यांच्यासाठी वडिलांपेक्षाही उच्च स्थानी होते. त्यांचे उपदेश आणि त्यांच्या आठवणी सर्वांचा प्रेरणास्त्रोत होता. आता सर्वांच्या कानांमध्ये त्यांचे शब्द सतत गुंजारव करत होते. त्यांच्या अस्तित्वाची जाणीव सर्वांना होत होती. पण आता त्यांना ठाकूरजी शरीररूपात दिसणार नव्हते आणि त्यांचे दिव्य हास्यही अनुभवता येणार नव्हते. रामकृष्ण परमहंसांच्या महासमाधीनंतर आठवडाभरातच एक दिव्य घटना घडली.

> एके रात्री नरेंद्र एका गुरुबंधूसमवेत उद्यानात फेरफटका मारत होता. तितक्यात अचानक त्याला समोर एक दिव्य मूर्ती दिसली. आश्चर्य म्हणजे साक्षात रामकृष्ण परमहंसच समोर उभे होते. नरेंद्रला वाटले, कदाचित आपल्याला दृष्टिभ्रम झाला असावा! तो शांतपणे उभा होता. तितक्यात तो गुरुबंधू आश्चर्याने उद्गारला, ''अरे नरेंद्र, समोर कोण आहे बघ!' आता मात्र संशय घ्यायला जागाच नव्हती. नरेंद्रला पूर्ण विश्वास होता, की साक्षात रामकृष्ण परमहंसच या दिव्य देहाद्वारे प्रकट झाले आहेत. ठाकूरांचे दर्शन घेण्यासाठी त्याने आपल्या इतर गुरुबंधूंना साद घातली, पण तेवढ्यात ती मूर्ती अदृश्य झाली. यामागचे कारण नरेंद्रच्या लक्षात आले. गुरू म्हणजे शरीर नव्हे, हे दर्शवण्यासाठीच रामकृष्णांनी हा दृष्टान्त दिला असावा. वास्तविक गुरू म्हणजे तीच चेतना, जी आपल्या सर्वांच्या अंतर्यामी आहे. त्या चेतनेच्या पूर्ण प्रकटीकरणालाच 'आत्मसाक्षात्कार' असे म्हटले गेले आहे. तीच चेतना आपल्याला सतत मार्गदर्शन करत असते.

नरेंद्रला ईश्वराची अगाध लीला समजली, 'रामकृष्ण परमहंसांच्या माध्यमातून ती चेतनाच आपल्याला मार्गदर्शन करत होती. आता जरी त्यांचे शरीर अस्तित्वात नसले, तरी ती चेतना मात्र नक्कीच अस्तित्वात आहे. यापुढे ती चेतना आपल्याला जसे, ज्या रूपात, ज्या पद्धतीने मार्गदर्शन करेल, त्यासाठी आपण तयार राहायला हवे.'

# खंड ३

# विवेक आणि भक्तीची अभिव्यक्ती

# १९

## भारतभ्रमण :
## स्वामी विवेकानंदांच्या अभिव्यक्तीचा आरंभ

**आकांक्षा, अज्ञान आणि असमानता, या बंधनाच्या त्रिमूर्ती होत.**

रामकृष्ण परमहंसांकडून प्रेरणा मिळालेल्या तसेच संन्यासी जीवन जगण्यासाठी उत्सुक असणाऱ्या तरुण शिष्यांना एका मार्गदर्शकाची गरज होती, एक असे स्थान हवे होते, ज्याच्या छत्रछायेखाली सर्व जण एकत्र येऊ शकतील; तर दुसरीकडे नरेंद्रही आपल्या या सर्वत्यागी गुरुबंधूंच्या सहवासात राहण्यासाठी उत्सुक होता. पण या युवकांच्या निवासाची, आहाराची आणि इतर गरजांची पूर्ती कशी होईल, हा मुख्य प्रश्न होता. मात्र, काही दिवसांतच या सर्वांची व्यवस्था झाली.

श्रीरामकृष्णांच्या एका उदार भक्ताने या सर्व समस्या दूर केल्या. त्यांनी ठाकूरांच्या या सर्व शिष्य-पुत्रांना आश्रय देण्याची जबाबदारी घेतली. त्यांच्या मदतीने कोलकाता आणि दक्षिणेश्वरच्या मधोमध असणाऱ्या वराहनगरमध्ये एक घर भाड्याने घेतले. या घराची पडझड झाली असल्याने, तसेच ते लोकवस्तीपासून दूर असल्याने 'भुतांची हवेली' म्हणून ते कुप्रसिद्ध होते. मात्र हे तरुण भक्त कोलकात्याच्या गर्दीपासून दूर असणाऱ्या या निर्जन घरामध्ये राहण्यासाठी आनंदाने तयार झाले. त्यांनी त्या घराची डागडुजी करून ते राहण्यालायक बनवले. हेच स्थान पुढे 'वराहनगर मठ' म्हणून रामकृष्ण संघाच्या संन्याशांचे पहिले केंद्र बनले.

त्या घरामध्ये सर्वांनी मिळून ठाकूरांचे एक छोटेसे मंदिर बनवले. तिथे ठाकूरांचा

पलंग ठेवण्यात आला. त्यावरचे अंथरूण रोज बदलले जायचे, त्यांची पूजा-आरती करून नैवेद्यही दाखवला जायचा. त्यानंतर त्या मंदिरात सर्व जण ध्यानाला बसायचे.

नरेंद्र आता आपल्या गुरुबंधूंच्या प्रशिक्षणात पूर्णपणे रमला. तो दिवसभर घरी जाऊन कौटुंबिक जबाबदाऱ्या पार पाडून, संध्यासमयी मठाकडे परत येई. तिथे नरेंद्रच्या उपस्थितीत सर्व जण मिळून साधना करत. नरेंद्रची उपस्थिती सर्वांसाठी आनंददायी आणि प्रेरणादायी होती.

काही दिवसांनी एका गुरुबंधूच्या मातेने सर्वांसाठी निमंत्रण धाडले. सर्व जण वराहनगरच्या कठोर साधनेच्या जीवनातून काही काळासाठी विराम घेऊन आटपूर गावी गेले. तिथे नरेंद्रने सर्वांनाच संन्यासाची दीक्षा दिली; तसेच प्रत्येकाचे नामकरणही केले. नरेंद्रने सन १८९३मध्ये अमेरिकेला जाताना स्वतःचे नाव 'स्वामी विवेकानंद' असे धारण केले. त्याआधी तो गोपनीयतेसाठी 'विविदिशानंद' आणि 'सच्चिदानंद' या दोन्ही नावांचा उपयोग करत असे. अन्य संन्याशांची नावे पुढीलप्रमाणे –

| | |
|---|---|
| राखाल - स्वामी ब्रह्मानंद | योगीन - स्वामी योगानंद |
| निरंजन - स्वामी निरंजनानंद | लाटू - स्वामी अद्‌भुतानंद |
| बाबूराम - स्वामी प्रेमानंद | तारक - स्वामी शिवानंद |
| हरिनाथ - स्वामी तुरीयानंद | शरद - स्वामी सारदानंद |
| शशी - स्वामी रामकृष्णानंद | काली - स्वामी अभेदानंद |
| गंगाधर - स्वामी अखंडानंद | गोपाल (थोरले) - स्वामी अद्वैतानंद |
| शारदाप्रसन्न - स्वामी त्रिगुणातीतानंद | सुबोध - स्वामी सुबोधानंद |
| हरिप्रसन्न - स्वामी विज्ञानानंद | |

वराहनगरला परतल्यानंतर हे सर्व युवक पूर्णतः गृहत्याग करून मठाचेच निवासी झाले होते. तिथेच ते तपस्वीरूपातील कठोर जीवन व्यतीत करू लागले. त्यांची ही कठोर तपस्या म्हणजे त्यांच्या साधनामय जीवनाची एक अद्‌भुत गाथाच म्हणायला हवी. मात्र ठाकूरांच्या काही सांसारिक शिष्यांना या तरुण संन्याशांची तपस्या आवडली नाही. त्यांच्यापैकी एक जण या संन्याशांकडे एक जळजळीत कटाक्ष टाकत म्हणाला, "केवळ संसाराचा त्याग केल्याने तुम्हांला ईश्वराचे दर्शन झाले का?" त्यावर नरेंद्र चाणाक्षपणे उत्तरला, "ईश्वराचे दर्शन झाले नसले, तरीदेखील ही उच्चस्तरीय जीवन-साधना अर्ध्यावर सोडून पुन्हा इंद्रियसुखांचे जीवन जगायला हवे का?"

वराहनगरचे हे तरुण संन्यासी भ्रमण करून शरणागती, वैराग्य आणि आंतरिक शांती अनुभवू इच्छित होते. तसेच तीर्थयात्रा करून त्यांना स्वतःचे आध्यात्मिक जीवन अधिक समृद्ध करायचे होते.

नरेंद्रलाही आता एकांतवासात जाऊन आत्मबळाची चाचपणी करायची होती. त्याचबरोबर आपल्या सर्व गुरुबंधूंनी स्वतःच्या पायावर उभे राहावे, असेही त्याला वाटत होते. नरेंद्रच्या संन्यासी जीवनाला सुरुवात होण्यापूर्वीच मठातील काही गुरुबंधू तीर्थयात्रेसाठी रवाना झाले होते. सुरुवातीला नरेंद्रनेही काही छोट्या-मोठ्या यात्रा केल्या. दर वेळी यात्रा पूर्ण झाल्यावर तो पुन्हा वराहनगर येथील मठात परत येत होता. सर्वसंगपरित्याग करून १८९०मध्ये नरेंद्र जेव्हा भारतभ्रमणासाठी बाहेर पडला, तेव्हा भारतभूमीच्या अथांग परिघात तो जणू हरवूनच गेला. त्यानंतर जवळजवळ तीन वर्षांनी म्हणजे १८९३मध्ये जेव्हा गुरुबंधूंना नरेंद्रचा ठावठिकाणा मिळाला, तोपर्यंत तो अमेरिकेतील शिकागो शहरात 'स्वामी विवेकानंद' या नावाने सर्वपरिचित झाला होता.

भारतभ्रमणाच्या यात्रेत नरेंद्र सर्वांत प्रथम वाराणसीला गेला. वाराणसी ही नगरी पूर्वीपासूनच साधू-संतांच्या दिव्य स्पर्शाने धन्य झाली होती. तिथल्या देवालयांचे आणि संत-महात्म्यांचे दर्शन घेण्याचा त्याचा हेतू होता. गंगातटावर राहून ध्यानमग्न राहणाऱ्या त्रैलंग स्वामींचीही त्याने भेट घेतली. या वाराणसीमध्ये एकदा एक अनोखा प्रसंग घडला.

> वाराणसीमध्ये रस्तोरस्ती माकडांचा वावर होता. एकदा नरेंद्रच्या मागे माकडांची टोळी लागली. त्यांच्यापासून पिच्छा सोडवण्यासाठी नरेंद्र जोरात पळू लागला. त्यावर माकडांनीही दात विचकत त्याचा पाठलाग करायला सुरुवात केली. नरेंद्रला असे घाबरून पळताना पाहून एक संन्यासी ओरडून त्याला म्हणाला, "थांब, पळू नकोस. त्याऐवजी त्यांच्यासमोर धैर्याने, ठामपणे पाय रोवून उभा राहा." नरेंद्र जागीच थांबला आणि न घाबरता त्या माकडांवर त्याने नजर टाकली. त्याला एका जागी निश्चलपणे थांबलेले पाहून ती माकडे मागच्या मागे पळून गेली. त्यानंतर नरेंद्रने आपल्या व्याख्यानांमध्ये नेहमीच या अनुभवाचा उल्लेख केला. या अनुभवाद्वारे तो श्रोत्यांना मार्गदर्शन करत असे, 'समस्यांपासून पलायन करण्याऐवजी, साहसाने, निर्भयतेने त्यांना सामोरे जा.'

या संसारात, जगात सर्वांनाच काही ना काही समस्या सतावतात. ज्या लोकांच्या जीवनात या समस्या येतात, त्यांची भविष्यात काही ना काही भूमिका अवश्य असते. जर ती भूमिका काय आहे, हे आपल्याला आधीच कळले, तर त्या समस्येमुळे येणारा ताण नाहीसा होईल. आता हे एका उदाहरणातून आणखी स्पष्ट होईल.

हेलन केलर नावाची एक अंध, मुकी आणि बहिरी मुलगी होती. अशी अपंग

मुलगी शिक्षण कसे घेणार? पण तरीही ती जिद्दीने शिकली आणि पुढे तिने इतरांसाठीही प्रेरणादायक अशी पुस्तके लिहिली. परिणामी, आज अंधांच्या शाळांत सर्वप्रथम तिचेच स्मरण केले जाते. अंध विद्यार्थ्यांना सांगितले जाते, 'हेलन केलर या तिन्ही प्रकारच्या अपंगत्वांवर मात करून जर काही कार्य करू शकत असेल, तर तुम्हीदेखील कोणतंही कठीण कार्य करू शकता.' आज 'हेलन केलर' हे नाव केवळ अंधांसाठीच नव्हे, तर इतरांसाठीही प्रेरणादायी ठरले आहे. हा चमत्कार कसा घडला? त्या वेळी हेलन केलरचे आयुष्य अंधकारमय होते. एकाच वेळी अंधत्व, मुकेपणा आणि बहिरेपणा या तिन्ही अपंगत्वांचा सामना करणे, ही एक मोठीच समस्या होती; पण नंतर लक्षात आले, तिची समस्या ही इतरांच्या समस्येची उकल करण्यासाठीच निर्माण झाली होती.

समस्येकडे जर योग्य समजेच्या (अंडरस्टँडिंगच्या) दृष्टिकोनातून पाहिलेत तर आपल्याला जाणवेल, की आज तुम्हांला जी समस्या तुमची आहे, असे वाटते, ती मुळात तुमची समस्या नसतेच; तर हजारो लोकांना समस्येतून मुक्त करण्यासाठी तुम्ही निमित्त बनावे, यासाठीच समस्येचे तुमच्या जीवनात आगमन झालेले असते.

> एकदा स्वामीजी राजस्थानमध्ये होते. तिथे एके ठिकाणी सलग तीन दिवस, तीन रात्र ते धर्मचर्चा करत होते. त्या वेळी त्यांच्या भोजनाच्या किंवा आरामाच्या व्यवस्थेकडे कोणाचेही लक्ष गेले नव्हते; पण सर्व लोक निघून गेल्यावर एक अस्पृश्य मनुष्य त्यांच्याजवळ आला आणि त्याने संकोचाने स्वामीजींना आपल्याकडील अर्धकच्चे जेवण दिले. खरे तर त्या गरीब मनुष्याच्या घरी दोन वेळची चूलही नीट पेटत नव्हती. त्यामुळे त्या वेळी त्याला जे शक्य झाले, तेच तो स्वामीजींसाठी घेऊन आला. परंतु स्वामीजी जातीपातीचा भेदभाव कधीच करत नव्हते, त्यामुळे त्यांनी आनंदाने ते अन्न ग्रहण केले. भोजन झाल्यावर त्यांनी त्या अस्पृश्याचे आभार मानले, तेव्हा तो सद्‌गदित झाला, त्याच्या डोळ्यांतून आनंदाश्रू वाहू लागले. स्वामीजींच्या मनात मात्र निराळेच विचार चालले होते– न जाणो, आपल्या देशात असे हजारो सत्पुरुष झोपड्यांमध्ये राहत असतील आणि आपण मात्र त्यांची अस्पृश्य म्हणून हेटाळणी करतो.

स्वामीजींच्या जीवनात अशा अनेक घटना घडल्या, ज्या मनुष्याला सत्याच्या दिशेने वाटचाल करण्यासाठी प्रेरणादायी आहेत.

## २०

# विवेकानंदांनी उलगडले मूर्तिपूजेचे रहस्य

**स्वत:ला दुर्बळ समजणे हे सर्वात मोठे पाप होय.**

मूर्तिपूजा करावी की नाही, यामागचा खरा उद्देश काय? असा प्रश्न अनेकांच्या मनात वारंवार निर्माण होतो. मात्र काही जणांनाच मूर्तिपूजेमागचे रहस्य ठाऊक होते. आपण मूर्तीसमोर बसून मनन आणि मौनसाधना करतो, तेव्हा विशिष्ट प्रकारचे तरंग निर्माण होऊन आपले तेजस्थान जागृत होते. त्या मूर्तीमध्ये आपल्याला ईश्वराच्या अस्तित्वाची जाणीव होते. एखाद्याला पाषाणमूर्तीत जर ईश्वराचे अस्तित्व जाणवत असेल, तर सजीव मनुष्यदेहात त्याला तेच अस्तित्व जाणवले नाही तरच नवल! नेमकी हीच समज 'मूर्तिपूजा' करण्यामागे असायला हवी. एका दगडाच्या मूर्तीतही मनुष्याला सत्याचे अस्तित्व जाणवावे, हाच मूर्तिपूजेमागे असणारा मूळ उद्देश! हीच समज भारतभ्रमणावर असलेल्या स्वामी विवेकानंदांनी अलवारचे राजे मंगलसिंह यांना दिली.

एके दिवशी त्यांचा मुक्काम राजस्थानच्या अलवार नामक राज्यात होता. तिथला राजा मंगलसिंह फारच अहंकारी होता. बहुतेक त्याच्या अहंकाराचे दमन करण्यासाठीच स्वामी विवेकानंद अलवार मुक्कामी आले होते. महाराज मंगलसिंहांचे प्रधान स्वामीजींचे मोठे भक्त होते. स्वामी विवेकानंद फार काळ एका शहरात वास्तव्य करत नसत, त्यामुळे प्रधानांनी आपल्या महाराजांना त्यांनी एकदा तरी स्वामी विवेकानंदांची भेट घेण्यासंबंधी सुचवले होते. न

जाणो पुन्हा कधी अशा थोर संन्याशाचे दर्शन होईल अथवा नाही....

खरे तर मंगलसिंह स्वत: स्वामी विवेकानंदांना आपल्या महालात निमंत्रित करू शकत होते, पण त्यांनी तसे केले नाही. एक संन्यासी त्यांचा अतिथी बनण्यायोग्य आहे की नाही, हे त्यांना पाहायचे होते. त्यामुळे ते स्वत:च विवेकानंदांना भेटायला गेले. मात्र, या भेटीत त्यांची विवेकानंदांशी वागणूक अतिशय असभ्य स्वरूपाची होती. त्यांनी विवेकानंदांच्या भिक्षा मागण्याच्या कृतीकडे संशयाचे बोट दाखवले. मात्र, विवेकानंदांनी सडेतोड उत्तरे देत, त्यांच्या सर्व चुका त्यांना दाखवून दिल्या. त्याचबरोबर एका राजाची प्रजेबद्दलची कर्तव्ये काय असतात, ती कशी पार पाडावीत, याविषयी मार्गदर्शनही केले.

स्वामीजींचे बोलणे ऐकून मंगलसिंहांची मान शरमेने झुकली. आपली चूक कळून आल्यावर मंगलसिंह स्वामीजींच्या चरणांशी लीन झाले. तसेच त्यांना आपल्या राजमहालात येण्याचे निमंत्रणही दिले, जेणेकरून त्यांचा यथोचित आदरसत्कार करता यावा.

या राजाचा मूर्तिपूजेवर अजिबात विश्वास नाही, हे स्वामीजींना ठाऊक होते. त्यामुळे महालात गेल्यावर त्यांनी राजाला मूर्तिपूजेचे रहस्यदेखील उलगडून सांगितले. हा प्रसंग मुळातच उत्सुकता ताणणारा आहे. तो असा–

स्वामीजी मंगलसिंहांच्या महालात पोहोचले, तेव्हा त्यांनी पूर्ण निष्ठेने त्यांचा आदरसत्कार केला. मंगलसिंह स्वामीजींसमोर मांडी घालून बसले आणि त्यांची माफी मागत म्हणाले, ''स्वामीजी, मला क्षमा करा, तुम्हांला ओळखण्यात माझी चूक झाली.'' स्वामीजींनी त्यांना हाताला धरून उठवले, ते म्हणाले, ''पश्चात्तापाच्या अश्रूंनी सर्व पापं धुऊन निघतात. तुमच्या मनात अजूनही काही शंका असतील, तर त्या अवश्य सांगा. तुमचं मन पूर्णपणे मोकळं करून, ते ईश्वराच्या भक्तीसाठी तयार करा.'' मंगलसिंह म्हणाले, ''परंतु माझा मूर्तिपूजेवर अजिबात विश्वास नाही. धातू, कागदाचा लगदा आणि मातीनं बनवलेल्या ईश्वराबद्दल मला कोणतीच आस्था नाही. मग अशा ईश्वराची भक्ती केल्यानं काय होणार? ही भक्ती न केल्यानं मला मृत्यूनंतर शिक्षा मिळेल का?'' यावर स्वामीजी म्हणाले, ''यामध्ये शिक्षा होण्याजोगं काहीच नाही. तुम्ही तुमच्या समजेनुसार तुमच्या पद्धतीनं पूजा

करत राहा, मग तुम्हांला कसलीच सजा होणार नाही.'' त्यांचे हे उत्तर ऐकून तिथे उपस्थित असणारे सर्व लोक आश्चर्यचकित झाले. स्वामीजी तर स्वतः मंदिरात जाऊन देवाच्या मूर्तीला वंदन करतात. पण आता तेच राजाला सांगत आहेत, की मूर्तिपूजा न केल्याने कसलीच शिक्षा मिळणार नाही...! बहुतेक स्वामीजी महाराजांना घाबरले असावेत, त्यामुळेच ते असे बोलत आहेत, असा लोकांचा गैरसमज झाला.

मंगलसिंहांनी स्वामीजींसमोर दुसरा प्रश्न मांडला, ''म्हणजे मूर्तिपूजा आवश्यक नाही, असं आपल्याला वाटतं का?'' हे ऐकल्यावर स्वामीजींनी दरबारात भिंतीवर टांगलेल्या राजेसाहेबांच्या एका तसबिरीकडे बोट दाखवून, ती खाली उतरवायला सांगितले. ती तसबीर स्वामीजींसमोर आणून, त्यांच्या सूचनेनुसार जमिनीवर ठेवण्यात आली. स्वामीजी प्रधानांना हसत म्हणाले, ''प्रधानजी, या तसबिरीवर थुंका बरं! यावर तर कोणीही थुंकू शकतं. कारण यात आहे तरी काय! ती फक्त एक तसबीरच तर आहे ना! यावर थुंकण्यात कोणाला काय आपत्ती असू शकते?''

आता प्रधानजींसमोर कठीण परिस्थिती उद्‌भवली. शेवटी प्रधानजींनी सर्व बळ एकवटले आणि ते स्वामीजींना म्हणाले, ''आपण हे काय सांगताय, स्वामीजी! हे तर साक्षात आमच्या महाराजांचं चित्र आहे. मी त्याचा अपमान कसा बरं करू शकेन?''

स्वामीजी म्हणाले, ''मग काय झालं? खुद्द महाराजांचं शरीर तर यात उपस्थित नाही ना! हा केवळ रंगवलेला कागदाचा एक तुकडा आहे. तो ना महाराजांप्रमाणे बोलतो, ना चालतो, ना तसं वागतो. तुम्ही याच्यावर थुंकायला नकार देत आहात, कारण तुम्हांला या कागदाच्या तुकड्यातही महाराजांची प्रतिमाच दिसते. होय ना? म्हणूनच त्यावर थुंकणं म्हणजे महाराजांचा अपमान असंच तुम्ही समजता.''

आता स्वामीजी मंगलसिंहांकडे वळले, ''तुम्ही पाहताय ना, राजन! या तसबिरीमध्ये तुम्ही स्वतः उपस्थित नसलात, तरीही एक प्रकारे यात तुम्ही उपस्थित आहातच! म्हणूनच माझं बोलणं ऐकून तुमचे निष्ठावान प्रधानजीदेखील हैराण झाले. या तसबिरीकडे पाहिल्यावर त्यांच्या मनात तुमचाच विचार येतो, त्यामुळे ते या कागदालाही तुमच्याइतकाच आदर देतात. अगदी याचप्रमाणे धातूच्या मूर्तीमध्ये ईश्वर नसतो, कागद आणि

मातीपासून बनवलेल्या मूर्तीमध्येही ईश्वर नसतो; पण मूर्ती ही गुणवाचक असते. त्या मूर्तीच्या माध्यमातून ईश्वरीय गुणांचं स्मरण केलं जातं. धातू, कागद आणि माती या केवळ मूर्ती बनवण्यासाठी उपयोगात आणलेल्या वस्तू आहेत. 'हे धातू, मी तुला हार घालतोय...! हे कागदा, मी तुला नमस्कार करतो...' असं कोणी म्हणतं का? नाही. असं कोणीच म्हणत नाही. कारण लोकांना त्या मूर्तीतला धातू, कागद किंवा माती दिसत नाही, तर त्यातला ईश्वरच दिसतो. त्या मूर्तीमध्ये त्यांना ईश्वराचं अस्तित्व जाणवतं आणि त्यांची हीच भावना त्यांना फळ मिळवून देते. म्हणूनच प्रत्येक भक्त मूर्तीच्या माध्यमातून ईश्वराचीच उपासना करत असतो.''

मंगलसिंह पुन्हा एकदा सिंहासनावरून खाली उतरून स्वामीजींच्या चरणांशी येऊन बसले. त्यांनी दोन्ही हात जोडले होते आणि त्यांचे डोळे भरून आले होते. स्वामी विवेकानंदांच्या या उत्तरातून पहिल्यांदाच राजाला मूर्तिपूजेचे रहस्य समजले होते.

बहुतेक वेळा लोक अंधश्रद्धेपोटी किंवा अज्ञानापायी मूर्तिपूजा करत असतात. त्याचप्रमाणे जे लोक मूर्तिपूजेला विरोध करतात, त्यांना खरे तर स्वतःच्या ज्ञानाचा देखावा करायचा असतो. त्यासाठी ते 'या सर्व गोष्टी चुकीच्या आहेत. या धातूपासून, मातीपासून आणि कागदापासून बनलेल्या मूर्तीची पूजा करण्यानं काय साध्य होणार,' असा विचार करतात. वास्तविक या दोन्ही प्रकारच्या लोकांकडे अर्धवट ज्ञान असते. राजा मंगलसिंहदेखील स्वतःच्या अपूर्ण ज्ञानामध्ये अडकले होते; परंतु स्वामीजींच्या एकाच भेटीत त्यांचे अज्ञान दूर सरून, त्यांच्यात ज्ञानाचा दिवा उजळला.

# २१

# निरनिराळे धर्म आणि प्रथा कशा बनल्या?

**इतरांची सेवा करताना ज्यांचे शरीर झिजते, ते खरोखरच धन्य होत!**

आबू पर्वताच्या सान्निध्यात, एका सुंदर संध्याकाळी स्वामीजी रस्त्याने मीराबाईंचे भजन गात निघाले होते. बरेच लोक त्यांचे भजन ऐकत-ऐकत त्यांच्यासोबत चालले होते. त्या वेळी वकील फैजअलीदेखील त्या रस्त्याने निघाले होते. स्वामीजींचे मधुर स्वर त्यांच्या कानांवर पडले आणि तेही भारावल्यासारखे त्यांच्या मागून निघाले. भजन संपल्यावर स्वामीजी आपल्या वाटेने चालू लागले आणि इतर लोकही आपापल्या मार्गाने निघून गेले. पण फैजअली भजन ऐकण्यात इतके दंग झाले होते, की स्वामीजी कुठे गेले, हेच त्यांच्या लक्षात आले नाही. ते तसेच चालत-चालत गावाबाहेर, पर्वतावर असलेल्या एका गुहेजवळ आले. त्यांनी आत वाकून पाहिले असता, त्यांना तिथे स्वामीजी दिसले.

स्वामीजींनी आतून हसत विचारले, "कोणाला शोधत आहात वकीलसाहेब? ज्याचा शोध घ्यायला हवा त्याला, की त्याच्या एखाद्या भक्ताला...?"

स्वामीजींचे बोल कानी पडताच फैजअली स्तब्ध झाले. ते विचार करू लागले.... हा संन्यासी नेमके कोणते संकेत देत आहे? कोणाचा शोध घ्यायला हवा?... निसर्गाच्या त्या चित्रकाराचा? पण मी तर आजवर कधीच

त्या परमात्म्याचा शोध घेतला नाही. केवळ नमाज पठण झाले म्हणजे माझे कर्तव्य पूर्ण झाले असेच मी आजवर समजत आलो आहे.

अचानक विचारमग्न झालेल्या फैजअलींना स्वामीजींनी आत येण्यास सांगितले.

फैजअली आत जाऊन स्वामीजींच्या जवळ बसले. ते म्हणाले, ''स्वामीजी, आपल्या व्यक्तिमत्त्वाने मी खूपच प्रभावित झालो आहे; पण केवळ जिज्ञासेपोटी मी आपल्याला काही प्रश्न विचारू इच्छितो.''

स्वामीजींनी स्वीकृती दर्शवल्यावर त्यांनी विचारले, ''अल्ला एकच आहे, असे लहानपणापासून आम्हांला शिकवले गेलं आहे. तो जर एकच असेल, तर याचाच अर्थ हे सर्व जग त्यानेच निर्माण केले आहे, होय ना?''

''अगदी खरे आहे!'' स्वामीजी उद्गारले.

''मग अल्लाने इतक्या विविध प्रकारची माणसे का बरे बनवली? हिंदू, मुसलमान, ख्रिश्चन, यहूदी यांसारखे वेगवेगळे धर्म का निर्माण केले? त्याने सर्व माणसांना एकसमान का बरे बनवले नाही? जेणेकरून त्यांच्यामध्ये कोणत्याही प्रकारचे मतभेद, वादविवाद किंवा संघर्षही झाले नसते.''

यावर मंद स्मित करत स्वामीजी म्हणाले, ''समजा, संपूर्ण सृष्टीत जर एकाच प्रकारची फुले असती, तर ही सृष्टी कशी बरे दिसली असती? या विश्वरूपी उद्यानात जर सर्वत्र केवळ गुलाबाचीच फुले असती, तर हे उद्यान खरेच सुंदर दिसले असते का? झेंडू, कमळ, निशिगंध अशा नानाविध फुलांमुळेच तर या उद्यानाची शोभा वाढते ना!''

''अरे हो! खरेच की... आपल्या खाण्यातही केवळ डाळच असती, तर भोजनाच्या स्वादात कधी वैविध्य राहिले असते का; मग आपले जीवन खरेच किती रूक्ष आणि रसहीन बनले असते!'' वकीलसाहेब थोडा विचार करत म्हणाले.

स्वामीजी म्हणाले, ''आणखी एक उदाहरण पाहू या. एखाद्या चित्रकाराला 'तू नेहमी एकच चित्र काढत राहा' असे तुम्ही सांगू शकाल का? नाही, कारण मुळात चित्रकाराकडे विविध चित्रे काढण्याचा गुण असतोच, त्यामुळे तो निरनिराळ्या प्रकारची चित्रे काढून आपली पूर्ण अभिव्यक्ती करतो. अशा वेळी केवळ एकाच प्रकारची चित्रे काढून तो कधीच संतुष्ट होणार नाही. मग ईश्वर तर सर्वोत्कृष्ट चित्रकार आहे. एकाच प्रकारची माणसे

बनवल्याने त्याची अभिव्यक्ती कशी बरे पूर्ण होईल? त्याची उच्चस्तरीय अभिव्यक्ती प्रकट व्हावी म्हणून तर त्याने आपल्यासारखी वेगवेगळी चित्रे बनवली आहेत. त्यासाठीच त्याने इतक्या प्रकारचे जीव-जंतू आणि माणसे बनवली आहेत. आता राहिली गोष्ट धर्माची... तर धर्म ईश्वराने नाही, तर मनुष्याने बनवला आहे; तोही केवळ स्वतःच्या सोयीसाठी.''

''मग एका धर्मात गाय आणि डुक्कर दोन्ही खाण्याची परवानगी आहे आणि दुसऱ्या धर्मात केवळ डुक्कर खाण्याची अनुमती, तर तिसऱ्या धर्मात केवळ गायीला खाण्याची... हा फरक का बरे?''

त्यावर स्वामीजींनी खळखळून हसत विचारले, ''हे कोणी ठरवले? हे माझ्या प्रिय प्रभूने ठरवून दिले आहे का?''

''पण लोक तर असेच सांगतात.'' वकीलसाहेब उत्तरले.

स्वामीजी त्यांना समजावून सांगू लागले, ''कोणत्याही देशातले भोजन हे तिथल्या वातावरणावर अवलंबून असते. सागरकिनारी राहणारा मनुष्य समुद्रात शेती करू शकतो का? नाही ना! मग तो समुद्रातले मासेच खाणार ना! दुसरीकडे जिथे सुपीक जमीन मैलोन्‌मैल पसरलेली आहे, तिथल्या लोकांनी शेती करणे स्वाभाविकच आहे. तिथे अनेक प्रकारचे धान्य उगवू शकते, त्याचप्रमाणे जनावरांचे पालन करणेही शक्य होते. शिवाय, शेतीसाठी या तिन्ही गोष्टी उपयुक्त ठरतात, त्यामुळे त्या क्षेत्रातल्या मनुष्याने धरती, नदी आणि गायीला आपल्या मातेसमान मानले.

''याउलट जिथे दूरदूरपर्यंत वाळवंट आहे, तिथला मनुष्य शेती कशी करणार? मग अन्नधान्य पिकत नसल्याने तिथले लोक नाना प्रकारच्या प्राण्यांचे मांस खातात. तिबेटसारख्या विषम हवामानात एखादा शाकाहारी मनुष्य कसा टिकाव धरू शकेल? हीच स्थिती अरब देशांतही आहे. हिंदू म्हणतात, मंदिरात जाण्यापूर्वी, पूजा करण्याआधी स्नान करा. याउलट मुस्लीम धर्मात सांगितले आहे, नमाज पठणापूर्वी केवळ लोटाभर पाण्याने हात-पाय धुवा. त्यामागेही एक सबळ कारण आहे. अरब देशांत मुळातच पाण्याची कमतरता आहे, त्यामुळे दिवसातून पाच वेळा नमाज पठणापूर्वी प्रत्येक वेळी स्नान करणे कसे शक्य होईल? पण भारतात हे शक्य आहे, कारण इथे अनेक नद्या भरभरून वाहतात. बहुसंख्य ठिकाणी झरे खळाळून वाहत असतात किंवा विहिरीदेखील पाण्याने तुडुंब भरलेल्या असतात. तिबेटमध्येही पाणी उपलब्ध

असले, तरी तिथले हवामान अतिशय थंड आहे. अशा थंड वातावरणात मनुष्याने दिवसातून पाच वेळा स्नान केले, तर तो अर्धमेला होऊन जाईल. त्यामुळे या सर्व गोष्टी ईश्वराने मनुष्याचे विभाजन व्हावे यासाठी बनवलेल्या नाहीत, तर मनुष्यानेच हे सर्व नीतिनियम तयार केले आहेत.''

स्वामीजी पुढे आणखी संदर्भ देत म्हणाले, ''जेव्हा कोणत्याही म नुष्याचा मृत्यू होतो, तेव्हा त्याचा अंतिम संस्कारही वेगवेगळ्या ठिकाणी वेगवेगळ्या पद्धतीने केला जातो. अरब देशांमध्ये मुळातच वृक्षांची कमतरता असते आणि असते ती केवळ वाळू, त्यामुळे तिथे मृत शरीराला जमिनीत पुरण्याची प्रथा तयार झाली. भारतासारख्या देशामध्ये झाडे मोठ्या प्रम णावर उपलब्ध होती, त्यांचे लाकूडही भरपूर प्रमाणावर मिळत असे. मात्र, लोकसंख्या जास्त असल्याने जमिनीची कमतरता भासत असे. त्यामुळे इथे अग्निसंस्काराची प्रथा प्रचलित झाली. ज्या देशात जशा सुविधा, तिथे तशा प्रथा पडत गेल्या.''

वकीलसाहेब म्हणाले, ''याचा अर्थ असा होतो, की कोणत्याही शवाचे संस्कार आपापल्या क्षेत्रानुसार आणि देशातील उपलब्ध साधनांनुसार करायला हवेत, धार्मिक संप्रदायानुसार नव्हे!''

स्वामीजी त्यांच्या उत्तराला समर्थन देत म्हणाले, ''होय, हेच योग्य आहे.''

फैजअलींच्या मनात आणखी एक प्रश्न निर्माण झाला, ''मग, एखाद्या मुसलमानाच्या शवावर अग्निसंस्कार केले आणि एखाद्या हिंदूचे शव दफन केले, तर ईश्वर नाराज होणार नाही का?''

स्वामीजी मंद स्मित करत म्हणाले, ''ईश्वर कधीच त्याच्या लेकरांवर नाराज होत नाही, रागावत नाही. तो तर प्रेमाचा आणि करुणेचा सागर आहे. त्याला घाबरण्याचे काहीच कारण नाही. उलट त्याच्यावर निस्सीम प्रेम करायला हवे.''

वास्तविक आपले ज्याच्यावर प्रेम नसते, त्यालाच आपण घाबरतो. समाजात प्रत्येकाकडून चांगले कार्य करवून घेण्यासाठी ईश्वराची भीती दाखवली गेली; पण जर प्रत्येक वेळी लोक ईश्वराला घाबरून चांगले कार्य करत असतील, तर त्याचे काहीच महत्त्व राहत नाही. खरे तर ईश्वराला न घाबरता, त्याच्याविषयी योग्य समज, प्रेम, श्रद्धा

आणि आदरपूर्ण भावना मनात बाळगून, सत्कर्म करायला हवे. पण मनुष्य ईश्वरालाही स्वत:सारखेच मानतो, त्यामुळेच अमुक-अमुक कार्य केले तर ईश्वर रागावेल, असा विचार तो करतो. मात्र ईश्वर असा नाराज होऊ लागला, तर त्याच्यात आणि मनुष्यात काय फरक राहील? त्यामुळे ईश्वराची भीती वाटणे हे मनुष्याचे घोर अज्ञानच म्हणायला हवे; तर ईश्वराला प्रार्थना करणे, हेच 'ज्ञान' आहे आणि ईश्वरावर प्रेम करून त्याच्याशी एकरूप होणे, हे 'खरे ज्ञान' आहे, तेजज्ञान आहे.

# २२

# खेतडीचे राजे आणि विवेकानंद

**तुमच्या अंतर्यामी जोपर्यंत अखंड उत्साह आणि गुरूंप्रति विश्वास असेल, तोपर्यंत कोणीही तुमच्यावर दबाव टाकू शकत नाही. मी दिवसेंदिवस माझ्या हृदयात शक्तीच्या वृद्धीचा अनुभव घेत आहे.**

स्वामी विवेकानंद अशा काही सात्त्विक भक्तांचा शोध घेत होते, ज्यांच्या साहाय्याने स्वामीजींना आपल्या गुरूंनी सांगितलेल्या, कालीमातेच्या कार्याचा विस्तार करणे सहजशक्य झाले असते. अशातच एका यात्रेदरम्यान स्वामीजींची भेट खेतडीचे राजे अजितसिंह यांच्याशी झाली. स्वामीजी ज्या भक्तांच्या शोधात होते, अजितसिंह अगदी तसेच निस्सीम भक्त होते.

केवळ काही दिवसांच्या परिचयानंतर अजितसिंह आणि स्वामीजी परस्परांच्या विचारांनी इतके प्रभावित झाले, जणू ते अनेक वर्षांपासून एकमेकांचे मित्र असावेत. कधी-कधी तर त्या दोघांमध्ये राजा आणि संन्यासीपदाचा भेदही नाहीसा व्हायचा. स्वामीजींमध्ये राजासारखे अनेक गुण होते; तर अजितसिंहांना स्वतःच्या अनेक सवयी संन्याशाप्रमाणेच वाटायच्या. जणू त्यांचा जन्म एकमेकांना साहाय्य करण्यासाठीच झाला होता. अजितसिंहांना हस्तिदंताच्या मनोऱ्यात राहणारा मनुष्य बनण्याची अजिबात हौस नव्हती. त्यांना संगीताप्रमाणे स्वामीजीदेखील प्रिय होते. रात्रभर मंदिरात बसून भजन-कीर्तन करत राहावे अशी त्यांना वारंवार इच्छा व्हायची, त्याचबरोबरच त्यांना कविता करण्याचाही छंद होता.

ते जंगलातल्या वाघ-सिंहांची शिकार करत. त्यांचे कातडे कमावून विकण्याचा त्यांचा पारंपरिक व्यवसाय होता. स्वामीजींना त्यांच्या या व्यवसायाविषयी समजले, तेव्हा त्यांनी राजाला उपदेश केला– आपण ज्या प्राण्याला घाबरतो, त्याच्यासाठी हिंसक होतो; पण जर माझ्या मनात कोणाबद्दल, कसलंही भय राहिलंच नाही, तर मी कधीच हिंसक होणार नाही. मग जंगलातले वाघ-सिंहही माझ्यावर कधीच हल्ला करणार नाहीत, हा निसर्गाचा नियम आहे. यावर उपाय एकच– आपल्या मनातल्या भय आणि हिंसेवर विजय प्राप्त करणं! तुम्हांला हे नक्कीच जमेल, असा मला पूर्ण विश्वास आहे. आपल्यावर तर प्रभू रामाचीही कृपा आहे आणि त्याच्या मायेचीदेखील!

इतकी सखोल समज प्राप्त झाल्यावर अजितसिंहांनी स्वतःच दृढ निश्चय केला, की यापुढे मी कोणत्याही प्राण्याची शिकार करणार नाही.

स्वामीजींच्या विचारांनी प्रभावित होऊन, हळूहळू अजितसिंह स्वामीजींचे निस्सीम भक्त बनले.

एक दिवस खेतडीचे राजपंडित आपल्या राजाला भेटण्यासाठी आले. राजा अजितसिंह आबू पर्वतावरून एका संन्याशाला सोबत घेऊन आले आहेत, ही वार्ता त्यांच्या कानी पडली होती. त्यामुळेच चिंताक्रांत होऊन ते दरबारात येऊन पोहोचले.

राजपंडितांचा काळजीने ग्रासलेला चेहरा पाहून राजा अजितसिंहांनी त्याचे कारण विचारले.

राजपंडित म्हणाले, ''मी राजमहालाच्या सर्वोच्च भवनामध्ये संन्याशाची लंगोट वाळत घातलेली पाहिली आहे. महाराज, कदाचित आपल्याला याचा अर्थ ठाऊक नसेल; पण शास्त्रामध्ये याविषयी सावधगिरी बाळगायला सांगितली आहे. कारण जिथं संन्याशाची लंगोट वाळत असेल, तिथं राजलक्ष्मी वास करत नाही. असा राजमहाल कालांतराने मठात रूपांतरित होतो. महाराज माझे ऐकाल, तर आपण या संन्याशाची अन्य एखाद्या श्रेष्ठ महालात व्यवस्था करावी आणि त्याच्या देखभालीसाठी दहा-वीस सेवकांची नियुक्ती करावी; परंतु या संन्याशाला रात्रंदिवस राजमहालामध्ये ठेवू नये, कारण हे मुळीच योग्य नाही.''

राजपंडितांचे बोलणे ऐकून महाराज गंभीर स्वरात उत्तरले, ''मला तर राजलक्ष्मीपेक्षा हा संन्याशाचा लंगोटच अधिक प्रिय वाटतो. मला खरोखरच

या राजमहालाचा मठ झालेला पाहायचा आहे. इथे जर नृत्यांगनांच्या नृत्याऐवजी पवित्र मंत्रांचा गुंजारव होणार असेल, तर हा महाल अधिक सात्त्विक होईल, यात शंकाच नाही. इथे जर धन, संपत्ती आणि सांसारिक अधिकारांऐवजी संन्याशांच्या तपस्येने साकारलेले मौन असेल, तर सर्वांनाच शांतीचा अनुभव घेता येईल.''

हे ऐकल्यावर राजपंडित आश्चर्यचकित झाले. त्यांच्यासाठी राजाकडून असे उत्तर मिळणे, हे अगदीच अनपेक्षित होते. त्यांच्या इशाऱ्याचा राजावर गंभीर परिणाम होईल असे त्यांना वाटत होते. तसेच, राजा तत्काळ संन्याशाच्या मुक्कामाची व्यवस्था अन्यत्र करतील, अशी राजपंडितांची अपेक्षा होती. मात्र विपरीतच घडले.

राजपंडित अतिशय विनम्रतेने महाराजांशी बोलू लागले, ''महाराज! मला क्षमा करा, परंतु आपण काय बोलत आहात, हे आपल्या लक्षात येत आहे का? आपल्याला कदाचित या राज्याचा, सिंहासनाचा मोह नसेलही; परंतु राजमुकुट असे रस्त्यावर तर मिळत नाहीत ना!''

राजपंडितांच्या या सांगण्यावर महाराज स्पष्टीकरण देऊ लागले, ''तुम्ही योग्य तेच बोलत आहात पंडितजी! भगवे वस्त्र तर तुम्हांला कुठेही मिळेल; पण एका सच्च्या संन्याशाचा संग मात्र कधीच मोफत मिळणार नाही. सत्यप्राप्तीसाठी ते वर्षानुवर्षे हिमालयात जाऊन तपस्या करतात. या एकाच राजस्थानात इतकी सारी राज्ये आहेत, इतके राजे आणि त्यांचे वंश आहेत; पण इथे तुम्हांला खरा संन्याशी कधी दिसला आहे? सर्वत्र केवळ दुःख आणि दुःखच आहे. कुठेतरी एखादा कणभर तरी त्याग करत असल्याचे तुम्ही कधी पाहिले आहे का?''

''हे राज्य म्हणजे ईश्वराचीच माया आहे, पंडितजी! आपल्याला संसाराच्या बंधनात अडकवून, आपली परीक्षा घेण्याची त्याची ही पद्धत आहे. परंतु संन्याशाचा संग लाभणे, ही ईश्वराचीच कृपा म्हणायला हवी. राजा होणे दुर्लभ नाही; परंतु संन्याशी होण्यासाठी मात्र दुर्मीळ योगच असावा लागतो.''

राजपंडितांना राजाचे हे वागणे अपमानकारक आणि अयोग्य वाटत होते.

त्यानंतर महाराज त्यांच्या जवळ येऊन मृदू स्वरात म्हणाले, ''आजपर्यंत माझ्याआधी एखादाही राजा संन्यासी झाला नाही का? तुम्ही

इतके त्रस्त का झाला आहात? माझ्याशी चर्चा करताना 'आपले अस्तित्व या शरीरापुरते मर्यादित नाही', असे अनेकदा तुम्हीच म्हटले आहे. शिवाय 'हे सांसारिक संबंध म्हणजे केवळ भ्रम आहेत; खरा संबंध तर ईश्वराशीच येतो' असेही तुम्ही वारंवार सांगत आला आहात. मला आता जेव्हा मी तुमच्याच सांगण्यावर विश्वास ठेवून ते सत्य मानत आहे, तर तुम्ही मला अडवत का आहात? तुमचं हे अलौकिक ज्ञान केवळ चर्चेपुरतेच मर्यादित होते का? ते व्यवहारात अमलात आणायला नको का?''

''ते व्यवहारात आणल्याने संसारातील सर्व गोष्टी हातून निसटतात, महाराज!'' राजपंडित म्हणाले.

''ज्या गोष्टी हातातून निसटतात, त्यांच्याकडेच आपले लक्ष असते. पण ज्या गोष्टी प्राप्त होतात, त्या मात्र आपल्याला कधीच दिसत नाहीत. मला अशी व्यक्ती भेटली आहे, ज्याने हे ज्ञान प्रत्यक्षात आचरणात आणले आहे. संसाराचा त्याग करून जे प्राप्त करता येते, ते त्याने मिळवले आहे. आता, मी या ज्ञानाला सत्य मानावे; परंतु ते व्यवहारात आणू नये, असे मला सांगू नका, पंडितजी! मी अशा प्रकारचे दुहेरी, खोटे जीवन मुळीच जगू शकत नाही.''

या प्रसंगातून राजा अजितसिंहांच्या स्वामिभक्तीची झलक आपल्याला दिसते. स्वामी विवेकानंदांकडून मिळालेली समज आणि ज्ञान त्यांनी आपल्या जीवनात आणण्यास त्वरेने सुरुवात केली होती, हेही लक्षात येते.

## स्वामीजींचे वेष परिवर्तन

राजा अजितसिंह जीणमातेच्या दर्शनाला जायची तयारी करत होते. त्यासाठी त्यांनी अनेक वस्त्रे मागवली होती. इतक्या मोठ्या प्रमाणावर आलेली वस्त्रे पाहून स्वामीजी हसू लागले. ते म्हणाले, ''हे सर्व काय आहे, राजन! तुम्ही तर वस्त्रांचा जणू बाजारच मांडला आहे.''

महाराज म्हणाले, ''स्वामीजी ही सर्व वस्त्रे आपल्यासाठीच मागवली आहेत. यात्रेत आपण घोडेस्वारी करणार असाल, तर त्यासाठी अनुकूल अशीच वस्त्रे आपल्याला घालावी लागतील. त्यामुळेच घोड्यावर नीट मांड ठोकता येईल.''

''आपण या कपड्यांमध्ये प्रवास करू शकणार नाही. याचे प्रमुख

कारण म्हणजे– राजस्थानातील गरम आणि थंड हवा. जर डोक्याला थंड हवेची बाधा झाली तर आपण आजारी पडाल, त्यामुळे आपण ही पगडी बांधायलाच हवी. राजस्थानात पगडीलाच 'साफा' असे म्हटले जाते. या साफा बांधण्याच्याही अनेक पद्धती आहेत. प्रत्येक राज्यात आणि क्षेत्रात साफा बांधण्याची विशिष्ट पद्धत असते. आपण हवी तशी पगडी बांधा; पण डोकं झाकलेलं असणं आवश्यक असते. देव न करो, पण आपण चुकून घोड्यावरून घसरलात, तर अशा वेळी डोक्याला मार लागू नये यासाठी साफा बांधणे गरजेचे आहे.''

स्वामीजी मंद स्मित करत म्हणाले, ''घोडेस्वारीच्या नावावर तुम्ही एका संन्याशाचा वेष बदलू इच्छिता?''

स्वामीजींनी अनेकदा नकार देऊनही महाराज ऐकेनात. स्वामीजींनी आपले ऐकावे, यासाठी त्यांनी नानाविध तर्क लढवले.

''राजन! आपली नेमकी इच्छा तरी काय आहे?'' स्वामीजींनी विचारले.

त्यावर महाराज विनम्रतेने हात जोडून म्हणाले, ''स्वामीजी, वस्त्रांबाबत आपण करत असलेला अट्टाहास कृपया सोडून द्यावा. परिस्थितीनुसार, आवश्यकतेनुसार आपण वस्त्रे परिधान करावीत अशी माझी विनंती आहे. आपल्या सर्वांनाच वेळ आणि गरजेनुसार स्वतःमध्ये बदल घडवावा लागतो.''

राजा अजितसिंहांच्या सच्च्या भावनेसमोर विवेकानंदांना आता दुसरा पर्यायच उरला नव्हता. राजांचा भक्तिभाव पाहून स्वामीजी प्रसन्न झाले. त्यानंतर त्यांनी डोक्यावर पगडी आणि भगवी वस्त्रे धारण करायला सुरुवात केली.

राजा अजितसिंहांवर स्वामीजींचा इतका प्रभाव पडला होता, की त्यांनाही स्वामीजींप्रमाणे संन्याशी बनून त्यांच्यासोबत यात्रा करायची होती. याविषयी महाराजांनी त्यांच्याशी चर्चाही केली होती. महाराजांच्या या विचारावर स्वामीजी बेहद्द खूश होते. परंतु राजा अजितसिंहांचा जन्म कोणत्या कार्यासाठी झाला आहे, याची त्यांना पूर्ण कल्पना होती. त्यामुळे महाराजांची समजूत घालत स्वामीजी म्हणाले,

''राजन, मी तुमची भक्ती समजू शकतो; पण तुमचा जन्म एका विशिष्ट ध्येयपूर्तीसाठीच झाला आहे. या विश्वात घडणाऱ्या काही महान घटनांमध्ये तुम्हांला

योगदान द्यायचे आहे. त्यामुळे तुम्ही या राज्याचा त्याग कधीही करू नका, हे राजपद भूषवत खेतडीमध्येच राहा. तुम्ही जे दायित्व घेऊन जन्माला आला आहात, त्यासाठी तुम्ही जीवनभर राजधर्माचे पालन करत, अवश्य तपस्या करा.''

राजा अजितसिंहांना स्वामीजींच्या उपदेशाचा अर्थ समजला आणि त्यांनी सदैव आज्ञापालन करण्याचे वचन स्वामीजींना दिले.

# २३

## अनुभवात असे काय आहे, ज्यासाठी मायेचा त्याग करावा?

**अनुभव हाच जगातील सर्वश्रेष्ठ शिक्षक होय. मनुष्याने अखेरच्या श्वासापर्यंत शिकत राहायला हवे.**

आता स्वामीजींकडे विविध वर्गांतील आणि स्तरांतील तरुणांचे येणे-जाणे वाढत होते. हे तरुण कोणत्यातरी समाजसुधारणेच्या आंदोलनाने प्रभावित झाल्याने त्यांना समाजात एखादी नवक्रांती घडवून आणायची इच्छा असायची. हे सर्व तरुण अयोग्य दिशेने जात असून त्यांना सामाजिक सुधारणेचा केवळ एकच अर्थ ठाऊक असल्याचे स्वामीजींच्या लक्षात यायचे.

अशाच काहींपैकी एक होते ख्रिश्चन कॉलेजमधील रसायनशास्त्राचे असिस्टंट प्रोफेसर. त्यांच्या कानावर स्वामीजींची कीर्ती पोहोचली, पण त्यांना ती अजिबात सहन झाली नाही. त्यांच्या मनात ईर्ष्येचा अग्नी धगधगू लागला आणि त्यांनी स्वामीजींची भेट घेण्याचा निश्चय केला. ते प्रोफेसर स्वतः ख्रिश्चन होते. त्यांच्या मते, व्यावहारिक जीवनात धर्मामुळे काही लाभ होणार असेल, तर तो केवळ ख्रिश्चन धर्मामुळेच होऊ शकतो. हिंदू धर्मामध्ये या जगासाठी उपयुक्त असे काहीच नाही, असे त्यांना वाटायचे. स्वामीजींचा मानसन्मान पायदळी तुडवण्याच्या महत्त्वाकांक्षेने त्यांना ग्रासले होते. ते

मनात मत्सराची भावना ठेवूनच स्वामीजींना भेटण्यासाठी गेले.

त्या वेळी स्वामीजी मौनात निश्चल बसलेले होते आणि प्रोफेसर त्यांच्यासमोर बसून स्वामीजी डोळे कधी उघडतील, याची प्रतीक्षा करत होते. स्वामीजींनी डोळे उघडताक्षणी त्यांनी वादविवादाला सुरुवात केली. ते म्हणाले, ''स्वामीजी, पाहा, या संसारात किती सुखं, ऐशआराम आहे, प्रेम आहे... मधुर नाती आहेत... धन-संपत्ती आहे... नवनवीन वस्त्रं आहेत... सुंदर निसर्ग आहे... हिरवाईनं डोलणारी शेतं-झाडं आहेत... मात्र, तुम्ही या सर्वांकडे दुर्लक्ष करून अशा ईश्वराकडे पाहत आहात, जो या संसारसुखाचा त्याग करायला सांगत आहे. अशा ईश्वरावर प्रेम करून आपल्याला काय साध्य होणार?''

स्वामीजी हसून म्हणाले, ''तू महात्मा बुद्धांना भेटला असतास, तर त्यांनाही कळले असते, की या संसारात काही सुखही आहे, मग 'सर्वं दुःखम्' असे त्यांनी म्हणण्याचे कारणच काय होते? येशू ख्रिस्तांशी तुझी भेट झाली असती, तर 'एक वेळ उंट सुईच्या छिद्रातून जाऊ शकेल, परंतु एक श्रीमंत मनुष्य कधीही स्वर्गात प्रवेश मिळवू शकणार नाही.' असे म्हणायचे त्यांना काही कारणच उरले नसते. जर तुझी श्रीकृष्णाशी भेट झाली असती, तर त्यांनी अनासक्तीचा प्रचार केला नसता. तू पृथ्वीवर इतक्या उशिरा का अवतरलास बरे?''

प्रोफेसर संतापून म्हणाले, ''तुम्ही माझी चेष्टा करताय का, स्वामीजी!'' स्वामीजी म्हणाले, ''नाही, मी तर शोक प्रकट करत आहे, कारण मला तर तुझी कीव करावीशी वाटते आहे.''

प्रोफेसरांना स्वामीजींच्या म्हणण्याचा आशय समजत नव्हता. ते पुढे म्हणाले, ''मग तुम्हीच सांगा, कोणत्या सुखाच्या लोभापायी सांसारिक भोगांचा त्याग करावा? अशी कोणती गोष्ट आहे, जी मिळवण्यासाठी इंद्रियसुख सोडून द्यावीत?''

स्वामीजी उत्तरले, ''जा बरे, एखाद्या लहान मुलाला जाऊन सांग, की त्याच्या खेळण्यातल्या घोड्यापेक्षाही अधिक मौल्यवान वस्तू या जगात आहेत. त्याने जर या घोड्याचा त्याग केला तर त्याला खराखुरा घोडा प्राप्त करता येईल. यावर तो लहान मुलगा हातातील मातीचा घोडा सोडायला तयार होईल का? नाही म्हणजे आणि तूही त्या मुलासारखाच आहेस.''

प्रोफेसर स्तब्ध होऊन स्वामीजींचे म्हणणे ऐकत होते.

आता स्वामीजींनी इंद्रियसुखाविषयी त्यांना सविस्तर समजावून सांगितले, ''मनुष्य खरे तर पाचही इंद्रियांचा मालक आहे आणि तो मनाद्वारे त्यांच्यावर अधिराज्य करू शकतो. पण अनुशासनाअभावी तो इंद्रियसुखांसाठी भटकत राहतो. इंद्रियांची इच्छा पूर्ण केल्यावर त्याला संतुष्टी मिळेल, असा विचार तो करतो. परंतु या इंद्रियांना हर प्रकारे सुख दिल्यानंतरही, त्यांची लालसा कधीच पूर्ण होत नाही. किंबहुना त्या इंद्रियांची सेवा करताना, मनाच्या चुकीच्या सवयीच वाढीस लागतात. म्हणूनच मनुष्याने सदैव इंद्रियसुखांच्या मागे न धावता, मध्यम मार्ग चोखाळायला हवा. प्रत्येक इंद्रियाचा उपयोग करताना समतोल ठेवायला हवा.

''आज मनुष्य इंद्रियसुखांसाठी मानवता, नैतिकता, स्वाभाविकता आणि स्वत:चा मूळ उद्देशही विसरत चालला आहे. म्हणूनच आपण अंतर्यामी या दैहिक सुखांविषयी विवेक जागृत करायला हवा. कोणत्याही सुखाचा अतिरेक न करता आत्मनियंत्रण राखायला हवे. मग लवकरच तो आपला स्वभाव बनू लागेल. इंद्रियांमुळे चारित्र्याचे अध:पतन न होता इंद्रियच आपल्याला चारित्र्यसंपन्न बनवण्यासाठी साहाय्यक ठरतील. मी तुझ्यावर प्रेम करतो म्हणून तू आपला दुराग्रह सोडून ज्ञानाच्या संसारात प्रवेश करावास, अशी माझी इच्छा आहे. कारण जीवनाचे खरे सुख इंद्रियसुखांमध्ये नसून, अंतिम ज्ञान प्राप्त करण्यामध्येच आहे.''

आता प्रोफेसरांच्या चेहऱ्यावर हास्य विलसले. ''आपल्या समोर माझा हट्ट कसा बरे चालेल? मी तर आपल्या एकाच तर्काने पराभूत झालो. आजपासून मला आपला एक निष्ठावान शिष्यच समजा.'' प्रोफेसर म्हणाले.

स्वामीजी त्यांना आशीर्वाद देत म्हणाले, ''प्रोफेसर, खरेच तू प्रेमळ आणि निर्मळ बुद्धीचा अबोध बालक आहेस. तुझे कल्याण होवो.''

अशा प्रकारे स्वामी विवेकानंदांनी त्या ख्रिश्चन प्रोफेसरचा अहंकार नाहीसा करून, त्यांना महत्त्वपूर्ण समज प्रदान केली.

# २४

# धर्मसंसदेत जाण्याचा प्रस्ताव

**मनाचे पावित्र्य, दृढनिश्चय आणि उद्योगशीलता–**
**हे तीनही गुण मनुष्याने एकाच वेळी आपल्या अंगी बाणवायला हवेत.**

मनुष्याच्या जीवनात घडणारी प्रत्येक घटना त्याच्यासाठी असलेल्या दिव्य योजनेनुसारच घडत असते, मग ती छोटी असो वा मोठी! दिव्य योजना म्हणजे आपल्या जीवनातील सर्वोच्च शक्यता प्रकट व्हाव्यात यासाठी निसर्गाने केलेली व्यवस्था होय. त्यासाठी आपल्याला केवळ ग्रहणशील व्हायचे असते. आपण त्या दिव्य योजनेत नकारात्म क विचारांचे अडथळे निर्माण केले नाहीत, तर सर्वोच्च शक्यतेच्या दिशेनेच आपण वाटचाल करतो. मग आपण स्वतःच शारीरिक शक्ती, मानसिक विकास, आर्थिक प्रगती, सामाजिक सामंजस्य आणि आध्यात्मिक विकासाच्या दिशेने प्रगती करू लागतो. यालाच 'दिव्य योजना' असे म्हटले गेले आहे.

आपण आपल्या जीवनात दिव्य योजनेनुसार सर्वोच्च गोष्टी ग्रहण करण्यासाठी तयार होत असतो. पण आपल्याला कधी-कधी वाटते, की अमुक गोष्ट माझ्या जीवनात एका विशिष्ट पद्धतीनेच व्हायला हवी. परंतु, आपण त्यासाठी सर्व पर्यायांचे दरवाजे खुले ठेवले तर तीच गोष्ट अन्य रूपामध्ये किंवा अपेक्षेपेक्षाही उत्तम रूपात आपल्या समोर प्रकटेल हे निश्चित! त्यासाठी ती गोष्ट आपल्या जीवनात योग्य परिस्थितीनुसार यावी, अशीच मागणी करा. तसे संकेत देत, निसर्ग आपल्याला योग्य दिशेने मार्गदर्शन करतो. त्यामुळे 'आता मला यापुढे कोणती पावलं उचलायला हवीत' हे आपल्या लक्षात येते.

स्वामी विवेकानंदांच्या जीवनातही दिव्य योजनेनुसारच कार्य घडत होते.

"शिकागोमध्ये धर्मसभेचे आयोजन होणार आहे. त्यामध्ये आपण भारताचे प्रतिनिधी म्हणून सहभागी व्हावे" अशी खंडवामध्ये राहणाऱ्या हरिबाबूंनी स्वामीजींना विनंती केली. या धर्मपरिषदेविषयीची चर्चा स्वामीजींनी पोरबंदर आणि जुनागढमध्येही ऐकली होती. त्यामुळे ते हरिबाबूंना म्हणाले, "अशा परिषदेसाठी जाणे मलाही नक्कीच आवडेल; पण मला तीर्थयात्रेसाठी रामेश्वरमला जायचं आहे. आणि मी जर प्रत्येक ठिकाणी मुक्कामी थांबत राहिलो, तर मी रामेश्वरमला पोहोचणार कसा?"

अशा प्रकारे स्वामीजींनी धर्मसभेला जाण्याच्या प्रस्तावाला अस्वीकृती दर्शवली. दिव्य योजनेनुसार या प्रस्तावाला मद्रासमध्ये स्वीकृती दिली जाणार होती.

मद्रासच्या ट्रिप्लिकेन साहित्य समितीने स्वामी विवेकानंदांचे भाषण आयोजित केले होते. तिथे शहरातील शेकडो विद्वान उपस्थित होते. स्वामीजी म्हणजे एक अद्‌भुत वक्ता असल्याचे त्या सर्वांचे मत होते. एकंदरीतच आकर्षक व्यक्तिमत्त्व, असामान्य बुद्धिमत्ता, अफाट ज्ञान, देशप्रेम आणि वैराग्य-भावना या सर्वांचा दिव्य मिलाफ स्वामीजींच्या व्यक्तिमत्त्वात दिसत होता.

शिकागोमध्ये होणाऱ्या धर्मसंसदेमध्ये हिंदू धर्माचे प्रतिनिधित्व करण्यासाठी स्वामीजींना पाठवण्यात यावे, असा प्रस्ताव पेरुमल यांनी मांडला. सर्व सभेने या प्रस्तावाला पाठिंबा दिला. चोहोबाजूंनी स्वामीजींचा जयजयकार होऊ लागला. त्या सर्वांचा उत्साह पाहून स्वामीजी स्वतःही आश्चर्यचकित झाले.

सभेच्या शेवटी स्वामीजी पेरुमलना म्हणाले, "तू आधीपासूनच याची योजना आखून आला होतास का? परंतु मी शिकागोला जाण्याचा निर्णय तुमची ट्रिप्लिकेन साहित्य समिती कशी बरे घेऊ शकते? संस्था त्या दौऱ्याचा खर्च पेलू शकेल का?"

पेरुमल उत्तरले, "नाही. पण आम्ही काही प्रतिष्ठित लोकांना आमच्या या प्रयत्नात सामील करून घेण्याचे ठरवले आहे. सर्व जण मिळून एक संघटना स्थापन करून आपल्या दौऱ्यासाठी निधी गोळा करतील. आजवर जेवढ्या लोकांनी आपल्याला मदतीचे आश्वासन दिले आहे, त्या सर्वांकडून आम्ही हा निधी गोळा करू."

पेरुमल आणि त्यांच्या मित्रांनी स्वामीजींच्या परदेश दौऱ्यासाठी निधी गोळा करायला सुरुवात केली. मन्मथजींनी पाचशे रुपये देऊन या कार्याचा

शुभारंभ केला. पेरुमल अत्यंत उत्साहाने पुढाकार घेत होते. घरोघरी जाऊन ते निधी संकलित करू लागले. मग एखाद्या श्रीमंताचे घर असो वा गरिबाचे, ते प्रत्येकाकडे मदतीचा हात मागू लागले. कोणी एक पैसा देवो, एक रुपया देवो किंवा शंभर रुपये देवो, तिथे सर्वांचेच स्वागत व्हायचे.

शिष्यांचा उत्साह पाहून, स्वामीजीही उत्साहित झाले. ते अमेरिकेला जाणार, याची चर्चा खूप आधीपासूनच होत होती, परंतु ती योजना आता कुठे आकार घेऊ लागली होती. कारण ही तर प्रत्यक्ष कालीमातेचीच (दिव्य योजनेची) इच्छा होती. स्वामीजींनी स्वतः यासाठी काहीच प्रयत्न केले नव्हते. उलट जेव्हा-जेव्हा त्यांच्यासमोर धनस्वीकृतीचा प्रस्ताव आला, तेव्हा-तेव्हा त्यांनी तो नम्रपणे नाकारलाच होता. आता मात्र कालीमातेने स्वतःच शिष्यांच्या रूपाने या दौऱ्याच्या आयोजनाची सुरुवात केली. मग स्वामीजीही धर्मसंसदेच्या सभेची तयारी करू लागले.

काही दिवसांनी पेरुमलने जमा झालेल्या निधीची एकूण रक्कम स्वामीजींना सांगितली. ती रक्कम ऐकून स्वामीजींचे मन विचलित झाले. जे होत आहे ते कालीमातेच्याच इच्छेने, असा संकेत त्यांना हवा होता. त्यांनी त्यासाठी डोळे मिटून विचार करायला सुरुवात केली.

काही वेळानंतर डोळे उघडून, मंद स्मित करत स्वामीजी म्हणाले, "हे पैसे घेऊन जा आणि गोरगरिबांमध्ये वाटा. मला आधी कालीमातेची इच्छा काय आहे, हे कळायला हवे. मीच याबाबत अंधारात असताना, पुढची वाटचाल करू शकत नाही. त्यामुळे कालीमातेची इच्छा काय आहे, हे तिनेच सांगायला हवे. मी जर अमेरिकेला जावे ही तिची इच्छा असेल, तर पैशांची सोय आपोआपच होईल."

स्वामीजींच्या या बोलण्यावर पेरुमल संभ्रमित झाला. आता काय करावे, हे त्याच्या लक्षात येईना. पण गुरूंच्या आज्ञेचे पालन करण्याखेरीज त्याच्यासमोर दुसरा पर्यायही नव्हता.

२५

# खेतडीमध्ये पुनरागमन

**कुठलीही गोष्ट टाळू नका किंवा शोधाशोधही करू नका. परमेश्वर त्याच्या इच्छेनुसार जे काही पाठवणार आहे, त्याची प्रतीक्षा करा. हाच माझा मूलमंत्र आहे.**

खेतडीचे महाराज अजितसिंहांच्या कानी वार्ता गेली, 'स्वामीजींना शिकागोच्या धर्मसंसदेला पाठवण्यासाठी निधी गोळा केला जात आहे.' ही वार्ता ऐकून अजितसिंह खूपच दु:खी झाले. त्यांनी ताबडतोब मंत्र्यांना आदेश दिला, की त्यांनी मद्रासला जाऊन स्वामीजींना आदरपूर्वक खेतडीला घेऊन यावे.

मद्रासला येऊन बराच शोध घेतल्यानंतर मंत्र्यांना मन्मथबाबूंच्या घराचा पत्ता मिळाला. ते त्यांच्या घरी पोहोचले, तितक्यात समोरून एक गाडी येऊन उभी राहिली. त्या गाडीतून स्वामीजी आणि त्यांच्यासोबत अन्य दोन व्यक्तीदेखील उतरल्या. मंत्र्यांनी पुढे होऊन स्वामीजींना नमस्कार केला.

स्वामीजींनी आश्चर्याने पाहत विचारले, "मंत्रीजी, आपण इथे कसे? खेतडीमध्ये सर्व काही कुशल आहे ना?"

मंत्रीजी उत्तरले, "आपली कृपा आहे स्वामीजी! काही दिवसांपूर्वीच खेतडीचे युवराज जयसिंह यांचा जन्म झाला आहे. तेव्हापासून महाराज आपल्याला भेटण्यासाठी व्याकूळ आहेत. त्यांना आपल्या गुरूंच्या अनुपस्थितीत पुत्रजन्माचा आनंदोत्सवही साजरा करता येत नाही. आपल्या

आशीर्वादांशिवाय राजकुमारांचा जन्मोत्सव अपुराच ठरेल. म्हणून मी आपल्याला खेतडीला घेऊन जाण्यासाठी आलो आहे.''

आपल्या आसनावर बसत स्वामीजी म्हणाले, ''राजा अजितसिंह हे माझे परममित्र आहेत. मलाही त्यांच्या आनंदात सहभागी होण्यास नक्कीच आवडले असते; परंतु मी या महिन्याच्या शेवटी अमेरिकेला जाण्याचे ठरवले आहे. त्याची तयारीही चालू आहे. तुमच्या लक्षात येतंय का, मंत्रीजी?''

मंत्रिमहोदय स्वामीजींकडे पाहातच राहिले. ते स्वामीजींचे पाय धरून त्यांना विनवू लागले, तेव्हा स्वामीजी म्हणाले, ''माझ्या न येण्याने राजा अजितसिंहांना अतिशय दुःख होईल, हे मी समजू शकतो. त्यांना कोणत्याही प्रकारे दुःख देणे म्हणजे माझ्यासाठी जणू पापच आहे. परंतु मी इथले सर्व काम अपूर्ण सोडून कसा येऊ शकणार?''

त्यावर मंत्रीजी त्यांना आश्वासन देत म्हणाले, ''आपल्या परदेश दौऱ्याची संपूर्ण जबाबदारी आता महाराजांची आहे. त्याची सर्व व्यवस्था ते करतील. आपल्याला त्यासाठी धावपळ करण्याची काहीच आवश्यकता नाही. बस्स! आपण फक्त एकदा खेतडीला यावे. आपल्या परदेश दौऱ्याचा खर्च अन्य कोणीतरी करत आहे, यामुळे महाराज दुःखी झाले आहेत. कारण ते आपले शिष्य असल्याने हा अधिकार सर्वस्वी त्यांचाच आहे. त्यांच्यापासून त्यांचा हा अधिकार का बरे हिरावून घेतला जात आहे?''

मंत्र्यांचे हे बोलणे ऐकून स्वामीजींना नवप्रकाशाचा एक किरण दिसला. याचाच अर्थ, दिव्य योजनेनुसार त्यांचा परदेश दौरा अजितसिंहांच्या पवित्र संपत्तीतूनच होणार होता. त्यांच्या लक्षात आले, की देवीमातेने त्यांना म्हैसूर व रामनाडचे राजे, तसेच हैदराबादच्या काही श्रीमंतांचे धन घेण्याची अनुमती का दिली नव्हती? हा निधी अजितसिंहांच्या कोशातूनच येणार होता तर!

प्रत्येक घटना दिव्य योजनेनुसारच घडते आहे, हे ज्ञात झाल्याबरोबर स्वामीजी उद्‌गारले, ''मन्मथबाबू! मला आता लवकरात लवकर खेतडीला जायलाच हवे.'' आता त्यांच्या बोलण्यातून त्यांचा दृढ निश्चय झळकू लागला होता.

खेतडीमध्ये स्वामीजींचे मोठ्या राजेशाही थाटात स्वागत झाले. त्यांना सर्वत्र रोशणाई केलेली दिसत होती. त्यांच्या स्वागतासाठी सर्व नगर सजवण्यात आले होते, जणू सर्व

जण दिवाळी साजरी करत असावेत. स्वामीजींचे आगमन होताच राजा अजितसिंहांनी त्यांना साष्टांग नमस्कार केला. खेतडीमध्ये स्वामीजींचे तीन आठवडे मोठ्या आनंदात पार पडले. आता त्यांच्या जाण्याची वेळ जवळ येत चालली होती. स्वामीजींनी महाराणी आणि राजकुमार दोघांनाही आशीर्वाद दिला.

स्वामीजी जाण्यापूर्वी राजा अजितसिंह त्यांना म्हणाले, ''स्वामीजी, जो मनुष्य सत्याचे वास्तविक रूप जाणतो, त्याच्यासाठी 'विविदिशानंद' हे नाव थोडेसे क्लिष्ट वाटते. या नावाचा उच्चार करणेही तसे अवघड आहे. तसेच सर्वसामान्य लोकांना या नावाचा अर्थही समजणार नाही. म्हणून आपण आपले हे नाव बदलावे, असे आम्हांला वाटते.''

राजांच्या अशा बोलण्यावर मंद स्मित करत स्वामीजी म्हणाले, ''मी एक जिज्ञासू आणि ज्ञानलालसा असलेला मनुष्य आहे. विविदिशाचा अर्थ आहे – जिज्ञासा आणि ज्ञानाची तहान! मग आता तुम्हीच सांगावे, मी हे नाव कसे बरे बदलू? तसे केले तर माझे चारित्र्यच बदलून जाईल.''

महाराज म्हणाले, ''आपला विविदिशा काळ समाप्त झाला असल्याचा, तुम्ही त्या अवस्थेच्या फार पुढे गेला असल्याचा आम्हा शिष्यांना पूर्ण विश्वास आहे.''

''मग तुमच्या मते माझे नाव काय असावे?'' स्वामीजींनी हसत विचारले.

महाराज म्हणाले, ''आमच्या नजरेत आपण विवेकाच्या पराकाष्ठेपर्यंत पोहोचला आहात, त्यामुळे आपल्याला 'विवेकानंद' असे संबोधण्याची आमची इच्छा आहे. हे नाव उच्चारायला सोपेही आहे. शिवाय, आपल्या चारित्र्यास अनुरूपही आहे. आजपासून आम्ही सर्व जण आपल्याला 'स्वामी विवेकानंद' म्हणू इच्छितो. कृपया आमच्या प्रार्थनेचा स्वीकार करावा.''

''जशी तुमची इच्छा, राजन!'' स्वामीजींनी सहजपणे स्वीकृती दर्शवली. परंतु महाराज एवढ्यावरच थांबले नाहीत. यापुढे स्वामीजी आपला परिचय याच नावाने करून देतील आणि हे नाव ते कधीही बदलणार नाहीत, असे वचनही त्यांनी स्वामीजींकडून घेतले.

याआधी स्वामीजी नरेंद्र, नरेंद्र बाबा, नित्यानंद, सच्चिदानंद, चिन्मयानंद किंवा विविदिशानंद या नावांनी ओळखले जात होते. परंतु राजा अजितसिंहांनी दिलेले 'स्वामी विवेकानंद' हे नाव नरेंद्रशी असे जोडले गेले, की ते पुन्हा कधीच बदलले नाही.

# २६

# गुरुमातेचा आशीर्वाद

**आपल्याला जर स्वत:च्या हृदयात आणि प्रत्येक सजीव प्राणिमात्रात ईश्वर दिसत नसेल, तर तो तुम्ही इतरत्र कुठे शोधाल?**

स्वामी विवेकानंदांचा गेले कित्येक दिवस त्यांच्या कुटुंबाशी आणि मठाशी कोणताही संपर्क नव्हता. अशा सांसारिक गोष्टींसाठी ते कुठल्याही प्रकारचा पत्रव्यवहारही करू इच्छित नव्हते. एकीकडे ते देवीमातेच्या आणि आपल्या गुरूंच्या आज्ञेनुसार परदेशी जाण्याची तयारी करत होते; तर दुसरीकडे सांसारिक नातीदेखील त्यांना मोहवीत होती. परंतु या गोष्टीदेखील धर्मसभेला जाण्याच्या त्यांच्या उत्साहाला आवर घालू शकल्या नाहीत. अशा प्रकारे, परदेश दौऱ्यासाठी स्वामी विवेकानंदांची पूर्ण मानसिक तयारी झाली होती.

स्वामीजींच्या मनात त्यांचा आईविषयी अत्यंत आदरभाव होता. ते रामकृष्ण परमहंसांचे शिष्य झाल्यावर, ठाकूरांची पत्नी शारदादेवींमध्येही ते आपल्या आईचेच प्रतिबिंब बघत होते. शारदामातेचा आशीर्वाद घेऊनच ते कोलकात्यामधून बाहेर पडले होते. आता शिकागोला जाण्यापूर्वी त्यांना शारदामातेचा आशीर्वाद घ्यायचा होता, त्यामुळे ते त्यांच्याकडे गेले; पण शारदामातेने त्यांना परत पाठवले. त्या म्हणाल्या, ''तू उद्या ये. कारण तू या दौऱ्यासाठी पात्र आहेस की नाही, हे मला पाहायला हवं. त्यानंतरच मी

तुला आशीर्वाद देईन." त्यावर विवेकानंद पुन्हा दुसऱ्या दिवशी त्यांच्या घरी गेले. तेव्हा शारदामाता स्वयंपाकघरात भोजनाची तयारी करत होत्या. त्या विवेकानंदांना पाहून म्हणाल्या, "अच्छा! माझे आशीर्वाद घेण्यासाठी आला आहेस तर... पण आधी मला ती सुरी दे पाहू. माझी भाजी चिरून झाली की मी तुला आशीर्वाद देते." गुरुमातेच्या आज्ञेचे पालन करत विवेकानंदांनी जवळच पडलेली सुरी त्यांना दिली. ती सुरी घेताच शारदामातेचा चेहरा प्रसन्नतेने उजळला. त्या म्हणाल्या, "जा नरेंद्र, माझे आशीर्वाद सदैव तुझ्या पाठीशी आहेत."

आता मात्र स्वामीजींना खूपच आश्चर्य वाटले. शारदामाता आपली योग्यता पडताळण्यासाठी काहीतरी परीक्षा घेतील, या अपेक्षेने ते इथे आले होते; परंतु तसे काहीच घडले नाही. स्वामीजींच्या चेहऱ्यावर पसरलेले आश्चर्य पाहून त्या म्हणाल्या, "सहसा जेव्हा एखाद्याकडे सुरी मागितली जाते, तेव्हा तो सुरीची मूठ आपल्या हातात धरतो आणि धारदार बाजू समोरच्या व्यक्तीकडे देतो. या कृतीतून त्या मनुष्याला इतरांना कोणता त्रास होऊ शकतो याची काहीच काळजी नसून, केवळ स्वतःच्याच जिवाची पर्वा असते, हे लक्षात येते. पण तू मात्र तसे केले नाहीस. तू मला सुरी देताना धारदार बाजू स्वतःच्या हातात ठेवत, मुठीची बाजू माझ्याकडे केलीस, जेणेकरून सुरी घेताना चुकूनही मला काही इजा होऊ नये. खऱ्या साधूचे मन हे असेच संवेदनशील असते. तो स्वतः सर्व त्रास सोसेल, पण इतरांना मात्र सुखच देईल. यावरूनच तू शिकागोलाच काय; पण इतर कुठेही जाण्यासाठी योग्य आहेस, हे लक्षात येते."

गुरुमातेचा आशीर्वाद मिळाल्यावर स्वामीजी आनंदाने नाचू लागले आणि त्यांच्या डोळ्यांतून आनंदाश्रू वाहू लागले. आपल्या आवेगावर नियंत्रण मिळवण्यासाठी ते समुद्रकिनारी जाऊन बसले.

मे १८९३ मध्ये स्वामीजींना जहाजात बसवून निरोप देण्यासाठी त्यांचे काही शिष्य त्यांच्यासमवेत बंदरापर्यंत गेले आणि तिथून स्वामीजी अमेरिकेला रवाना झाले.

# २७

# स्वामीजींसाठी ईश्वराची दिव्य योजना

**ईर्षा आणि अहंकार यांपासून दूर राहा.**
**संघटित होऊन इतरांसाठी कार्य करायला शिका.**

ज्या मनुष्याला, प्रत्येक मानवाच्या अंतर्यामी केवळ एकच चैतन्य आहे यावर दृढ विश्वास असतो, तो स्वत:ला इतरांहून कधीच वेगळं मानत नाही. मग असा मनुष्य 'हे सर्व ब्रह्मांड एकाच धाग्याने बांधलेले आहे' ही समज बाळगतो. म्हणूनच एखादा मनुष्य जर अयोग्य प्रतिसाद देत असेल, तरी तो मुळीच नाराज होत नाही. तुम्ही जेव्हा समजेसह, निश्चल मनाने एखाद्याला योग्य प्रतिसाद देता, शिवाय त्याला धन्यवादही देता, तेव्हा त्याने जरी अयोग्य प्रतिसाद दिला, तरी तुम्ही कधीच विचलित होऊ शकत नाही. स्वामी विवेकानंदांच्या जीवनातल्या काही घटनांमधून त्यांच्या अंतर्यामीचा दृढविश्वास आणि निश्चल मनाचे गुण आपल्याला प्रकर्षाने जाणवतात. प्रस्तुत प्रकरणात अशाच काही घटनांचे वर्णन केले आहे.

स्वामीजी आणि लल्लूभाई बोस्टनला जाणाऱ्या गाडीच्या एका डब्यात शांतपणे बसले होते. लल्लूभाईंना आपल्या कामासोबतच स्वामीजींचीही काळजी वाटत होती. अमेरिकेत त्यांना ज्या प्रकारची वागणूक मिळत होती, त्यामुळे कोणत्याही सामान्य मनुष्याचे मनोधैर्य खचले असते. परंतु स्वामीजींनी एका क्षणासाठीही आपला संयम हरवला नव्हता. त्यांचे मन इतके निर्मळ आणि निश्चल झाले होते, की कोणतीही घटना त्यांना हलवू शकत नव्हती. त्यांच्यासोबत एकामागोमाग एक अशा घटना घडत होत्या,

जणू कालीमाता पुन्हा एकदा त्यांची परीक्षा घेत असावी. परंतु स्वामीजींचा निश्चय मात्र अटळ होता. त्यामुळे कोणतीही घटना त्यांच्या मार्गात अडथळे आणू शकली नाही आणि ते निरंतर ध्येयाच्या दिशेने अग्रेसर राहिले.

पुढे काही घटनांचे वर्णन करण्यात आले आहे. या घटना वाचून आपल्यालाही मनाला प्रशिक्षित करण्याची प्रेरणा मिळेल.

१

एकदा स्वामीजी अमेरिकेत असताना, एक धिप्पाड परंतु रानटी दिसणारा माणूस त्यांच्या अगदी जवळून गेला. तो स्वामीजींकडे चमत्कारिकपणे पाहत, चेष्टेच्या सुरात हसू लागला. त्याचा एक मित्रही स्वामीजींना पाहून दुष्टपणे हसू लागला. परंतु लल्लूभाई आणि स्वामीजींकडून काहीच प्रतिक्रिया न उमटल्याने, ते दोघे निराश होऊन पुढे निघून गेले.

ते दोघे निघून गेल्यावर आणखी एक मनुष्य स्वामीजींसमोर आला. त्याने सरळ स्वामीजींची पगडीच खेचायला सुरुवात केली. स्वामीजींनी आपली पगडी घट्ट धरून ठेवली. मग तो निर्लज्जपणे हसत-हसत पुढे निघून गेला. या प्रसंगातदेखील स्वामीजींचे मन जराही विचलित झाले नाही.

२

स्वामीजी बोस्टनच्या पोस्ट-ऑफिसमध्ये भारतातील अलासिंग नावाच्या एका शिष्याला तार पाठवण्यासाठी गेले. तार पाठवून झाल्यावर पोस्टातून बाहेर पडून ते शांतपणे चालले होते. त्यांना खूपच थंडी वाजत होती. त्यामुळे थंड पडणारे हात एकमेकांवर घासून ते गरम करण्याचा प्रयत्न करत होते. तितक्यात मागून कोणीतरी त्यांना ढकलले. त्यांनी मागे वळून पाहिले तर एक मवाली तिथे उभा होता. तो बिनधास्त, आपले घाणेरडे दात विचकत स्वामीजींवर हसत होता. त्याच वेळी त्याचा दुसरा साथीदार तिथे आला. त्याने तर स्वामीजींना चिमटाही काढला.

आता स्वामीजींना कळून चुकले, त्या लोकांना भांडण सुरू करायला काहीतरी कारण हवे आहे. मात्र, स्वामीजींना त्यांच्याशी कुठल्याही प्रकारे वादविवाद करायचा नव्हता. ते गुपचूप वळून, वेगाने मुक्कामाच्या दिशेने निघाले. ते दोन मवाली मात्र तिथेच उभे राहून जोरजोरात हसत होते. जणू त्यांना स्वामीजींचा अपमानच करायचा होता.

थोड्या वेळाने स्वामीजींनी मागे वळून पाहिले तर मवाली लोकांची टोळीच त्यांच्यामागे येत होती. ते लोक कोणत्याही क्षणी त्यांच्या अंगावर धावून येण्याच्या बेतात होते. स्वामीजी रस्ता दिसेल तिकडे धावू लागले. मग त्या लोकांची ती टोळीही मोठमोठ्याने ओरडत त्यांच्या मागे धावू लागली. शेवटी एका गल्लीत वळल्यावर स्वामीजी एका मोठ्या भिंतीमागे लपले. त्या टोळीला ते दिसलेच नाहीत आणि ते सर्व जण दंगा करत पुढे निघून गेले.

थोड्या वेळाने शांतता पसरल्यावर स्वामीजी पुन्हा बाहेर रस्त्यावर आले. त्यांनी आकाशाकडे पाहिले आणि ते म्हणाले, 'ही कसली परीक्षा घेतो आहेस ईश्वरा!'

## ३

स्वामीजींना धर्मसभेचे अध्यक्ष डॉ. बैरोज यांच्या कार्यालयात जायचे होते, पण नेमका तो पत्ता त्यांच्याकडून हरवला होता. स्वामीजींनी विचार केला, आता सारी शिकागोनगरीच पायी फिरावी आणि समोर दिसणाऱ्या प्रत्येक दारावर टकटक करून विचारावे. परंतु स्वामीजींना ईश्वराच्या दिव्य योजनेवर पूर्ण विश्वास होता. कारण ईश्वराची इच्छा नसती तर त्यांच्याकडून डॉ. बैरोज यांचा पत्ता कसा हरवला असता? शिवाय, त्यांच्याजवळ जे थोडेफार पैसे होते, तेही कसे बरं हरवले असते?

स्वामीजी रेल्वेच्या यार्डातून बाहेर आले. समोर दिसणाऱ्या पहिल्याच मनुष्याला त्यांनी विचारले, "धर्मसंसदेचं कार्यालय कुठे आहे, हे आपण सांगू शकाल का?" त्या मनुष्याच्या कपाळाला आठी पडली.

स्वामीजींना "अरे काळ्या..." असे म्हणून तो चालता झाला.

स्वामीजी पाहातच राहिले. मग त्यांचे लक्ष स्वतःच्या वेषभूषेकडे गेलं. त्यांचा भगवा झगा खूपच मळला होता. त्यांच्या डोक्यावरची पगडी इथल्या लोकांना एक विचित्र वस्तू वाटायची. त्यांचा रंगही सावळा होता आणि अनेक दिवसांपासून त्यांनी दाढीही केली नव्हती. असा गबाळा वेष पाहून त्यांना कोणीही 'सभ्य गृहस्थ' म्हटले नसते. त्यामुळे त्यांनी रस्त्यावरील एखाद्या माणसाला कार्यालयाचा पत्ता विचारण्याचा विचारच रद्द केला.

पुढे रस्त्यात जे पहिले घर दिसले, त्याचे फाटक त्यांनी उघडले. ते आत प्रवेश करणार, इतक्यात घरातून एक मनुष्य धावत बाहेर आला.

त्याने स्वामीजींना खूपच असभ्यपणाची वागणूक दिली आणि धक्के मारत फाटकाबाहेर हाकलले.

मग स्वामीजींना तिथे उभे राहणे अनावश्यक वाटू लागले. हीदेखील मातेचीच इच्छा असावी असे समजून ते पुढे निघाले. दुसऱ्या एका घरापाशी येऊन ते थांबले. एका साध्याशा दिसणाऱ्या महिलेनेच दरवाजा उघडला; पण स्वामीजी काही म्हणणार, इतक्यात स्वामीजींना पाहून ती ओरडत आत पळून गेली. ती खूपच घाबरली होती. त्यामुळे स्वामीजींनाही तिथे फार काळ थांबणे योग्य वाटले नाही. 'इथून आपल्याला काही साहाय्य मिळू नये' अशीच मातेची इच्छा असावी असे स्वामीजींना वाटले. स्वामीजींना तर मातेच्या इच्छेविरुद्ध कोणतेही कार्य करायचे नव्हते.

इतका वेळ पायी चालून स्वामीजी थकले होते आणि त्यांना खूप भूकही लागली होती. मग भिक्षा मागण्याच्या हेतूने ते एका दारासमोर उभे राहिले. मात्र दरवाजा उघडणारा माणूस त्यांच्या अंगावर जोरात खेकसला, त्याने स्वामीजींना जवळजवळ बाहेरच ढकलले.

एवढा सर्व प्रकार घडल्यानंतरही स्वामीजींनी कुणाच्याही वर्तणुकीचे वाईट वाटून घेतले नाही किंवा कोणाला उलट उत्तरही दिले नाही. ते शांतपणे तिथून पुढे निघाले. ते विचार करत होते, हा देशही कालीमातेचाच आहे खरा, परंतु भारतापेक्षा खूपच वेगळा आहे. भारतामध्ये फारशी श्रीमंती नसली, तरी कोणीही मनुष्य उपाशी राहत नाही. एखादा सर्वसामान्य मनुष्यही एखाद्या भुकेलेल्या माणसाला आपल्याजवळचे थोडे अन्न तर नक्कीच देतो. याउलट अमेरिका एक धनाढ्य देश असला तरी इथे दानाची परंपराच नाही, गोरगरिबांबद्दल सहानुभूती नाही आणि संन्याशांविषयी आदरही नाही. पण एक संन्यासी तर भिक्षेवरच अवलंबून असतो! आता जर मातेची इच्छा असेल तर भिक्षा मिळेल; अन्यथा जे होईल त्याला सामोरे जाऊ.

स्वामीजी असा विचार करत-करत रस्त्याने चालले होते. त्यांनी दार वाजवण्याचे आणि कोणाला पत्ता विचारण्याचेही सोडून दिले. 'आता माता जे पाठवेल तेच खाऊ या आणि ती जिथे पाठवेल, तिथे जाऊ या' असा निर्धार त्यांनी केला. पूर्णपणे मातेच्याच सूचनेवर अवलंबून राहण्याचे त्यांनी ठरवले. ते नुसतेच रस्त्यावरून फिरू लागले. आपण कुठे चाललो आहोत, याचेही भान त्यांना नव्हते. पण एके ठिकाणी आल्यावर मात्र ते अचानकपणे

थांबले. आता ते खूपच थकले होते आणि एक पाऊलही पुढे टाकणे त्यांना मुश्कील झाले होते. ते रस्त्याच्या कडेला असलेल्या एका दगडावर विसावले.

शेवटी कालीमातेने त्यांचे गाऱ्हाणे ऐकले. काही वेळाने समोरच्या घरातून एक महिला स्वामीजींकडे आली. ती त्या घराची मालकीण होती. तिने स्वामीजींना विचारले, ''तुम्ही धर्ममहासभेचे प्रतिनिधी आहात का?'' स्वामीजींना जणू त्या महिलेत साक्षात कालीमातेचेच दर्शन घडले. त्यांनी त्या महिलेला आत्तापर्यंत आलेल्या सर्व समस्या सांगितल्या. त्या महिलेचे नाव होते, श्रीमती जॉर्ज डब्ल्यू. हेल. त्या शिकागोमधल्या प्रतिष्ठितांपैकी एक होत्या. त्यांनी स्वामीजींना आपल्या घरात बोलावले, त्यांना भोजन दिले आणि त्यांच्या आरामाचीही व्यवस्था केली. स्वामीजींचा आराम झाल्यानंतर त्या स्वामीजींना धर्ममहासभेच्या कार्यालयात घेऊन गेल्या आणि डॉ. बैरोज यांच्यांशी त्यांची भेटही घडवून आणली.

या भेटीनंतर स्वामीजींना कोणत्याही प्रमाणपत्राशिवाय हिंदू धर्माचे प्रतिनिधी म्हणून स्वीकारण्यात आले. तसेच श्रीमती जॉन बी. ल्योन्स यांच्या घरात त्यांची राहण्याची सोयदेखील करण्यात आली. पुढे हेल परिवार आणि ल्योन्स दाम्पत्य आजीवन स्वामीजींचे मित्र बनले. यातूनच कालीमाता आपल्याला मार्ग दाखवते आहे, हा विश्वास स्वामीजींच्या मनात दृढ झाला.

या घटनांमधून स्वामीजींच्या अंतर्यामी असणारे धैर्य, निश्चल– खंबीर मन आणि ईश्वरावरील अतूट विश्वास, हे सर्व गुण प्रकर्षाने दिसून येतात. या गोष्टी आजच्या युवापिढीला शिकण्यासारख्या आहेत. स्वामीजींचे जीवनही प्रेरणादायक आहे, यात शंकाच नाही. याच गुणांमुळे प्रतिकूल परिस्थितीतही त्यांचे प्रत्येक कार्य निर्विघ्नपणे पार पडले.

# २८

# अमेरिकेत ज्ञानदान

**तुम्ही जे देता, ते तुमच्या आयुष्यात कित्येक पटींनी वाढून येते; पण त्याविषयी सध्या विचार न करता निष्काम बना.**

'माय सिस्टर्स अँड ब्रदर्स ऑफ अमेरिका...? (माझ्या प्रिय बंधू आणि भगिनींनो...) स्वामीजींनी उच्चारताच संपूर्ण सभागृह टाळ्यांच्या कडकडाटाने निनादून गेले. शिकागोच्या धर्मसभेतील तमाम उपस्थित श्रोतृवृंद मंत्रमुग्ध झाला. त्यांच्या ओघवत्या वक्तृत्वशैलीमुळे, केवळ या एका भाषणामुळे ते अमेरिकेत लोकप्रिय झाले. शिवाय, या अपूर्व यशानंतर हजारो लोकांनी त्यांचे शिष्यत्व स्वीकारले ते वेगळेच. 'इतर सर्व धर्मांना सामावून घेणारा हिंदू धर्म हा एक श्रेष्ठ धर्म आहे', हे स्वामीजींच्या भाषणामुळे शिकागो धर्मपरिषदेत सिद्ध झाले. शिवाय, भारतीय संस्कृती कधीच कोणाचा द्वेष करत नाही, हा संदेश स्वामीजींनी त्यांच्या भाषणातून संपूर्ण विश्वाला दिला. थोडक्यात, स्वकर्तृत्वाने स्वामी विवेकानंदांनी भारतीय संस्कृतीची ध्वजा सातासमुद्रापार फडकवली.

स्वामी विवेकानंद अमेरिकेत असताना एका आठवड्यात जवळपास १२ ते १४ व्याख्याने द्यायचे. पण काही विचार नेहमी त्यांच्या मनात निर्माण व्हायचे... 'मी आजवर इतकी व्याख्याने दिली आहेत. विविध सभांच्या माध्यमातून मी कितीतरी ज्ञान लोकांपर्यंत पोहोचवू शकलो... असे वाटत आहे, जणू आतापर्यंत मला जे सांगायचे होते, ते सांगून पूर्ण झाले आहे... आता आणखी कोणत्या विषयावर मी बोलायला हवे?' पण काय आश्चर्य! स्वामीजींना प्रत्येक व्याख्यानापूर्वी जरी असे विचार सतावत असले, तरी ते

बोलायला उभे राहिल्यावर मात्र एखाद्या नवीनच विषयावरील ज्ञानमौक्तिके उधळायचे. मग समोर उपस्थित असणारा श्रोतावर्ग स्वामीजींचे विचारधन प्राप्त झाल्याने आशयसमृद्ध व्हायचा. स्वामीजी प्रत्येक सभेत बोलताना स्वत:चेच नवे रूप न्याहाळायचे. जणू त्यांच्या विचारधारेचा प्रवाह उपस्थितांची मनोभूमी सुपीक बनवायचा.

एके दिवशी स्वामीजींना गुरुवर्य रामकृष्णांच्या अखेरच्या दिवसांतल्या शब्दांचे स्मरण झाले. रामकृष्ण अखेरच्या दिवसांत घशाच्या कर्करोगाने त्रस्त होते. त्यांना काहीच खाता-पिता येत नव्हते. पण अशा वेदनामय स्थितीतही ते शिष्यांना म्हणायचे, 'माझ्या गळ्यातून अन्नाचा एक कणही खाली जात नाही म्हणून काय झालं? आता मी तुमच्यासारख्या शिष्यांच्या असंख्य गळ्यांतून अन्न सेवन करणार आहे. माझ्याकडे आता एक-दोन नव्हे, तर असंख्य गळे आहेत.' स्वामीजींना गुरूंच्या या शब्दांची आठवण आली आणि त्यांना एका गोष्टीचा साक्षात्कार झाला, 'खरे तर आजवर माझ्या कंठातून साक्षात रामकृष्ण परमहंसच बोलत होते!' आता स्वामीजींना 'मी कोणत्या विषयावर बोलू किंवा मी नेमके काय बोलू?' हा प्रश्न मुळीच सतावत नव्हता. स्वामीजींना व्याख्यानांसोबत काही ठिकाणी प्रवचनही द्यावे लागत असे. त्यांना प्रवचनाच्या काही दिवस आधी एक विलक्षण अनुभव यायचा. नेमके कोणते मुद्दे प्रवचनात सांगायला हवेत, याविषयी कोणीतरी ज्ञान देत असल्याचे त्यांना जाणवायचे. मग स्वामीजी अशा सर्व मुद्द्यांची टिपणे काढत असत. आठवड्याकाठी जवळपास १२ ते १४ व्याख्याने आणि प्रवचने देण्याचा त्यांचा कार्यक्रम भारतात आल्यावरही सुरूच राहिला.

विवेकानंद त्यांच्या व्याख्यानांतून खुलासा करायचे, 'माझ्याकडे पाहून कृपया माझ्या गुरूंविषयी कोणताही चुकीचा ग्रह करू नका. कारण मी त्यांच्यासमोर एक क्षुद्र यंत्र आहे. गुरूंनी दिलेले अमूल्य ज्ञान या यंत्राद्वारे (माझ्या शरीराद्वारे) मी आपल्यापर्यंत पोहोचवण्याचा प्रामाणिक प्रयत्न करत आहे.' स्वामीजी इतक्या प्रांजळपणे बोलू शकले, कारण त्यांनी ही बाब बुद्धीच्या स्तरावर स्वत: अनुभवली होती.

मी जे कार्य करत आहे, यामुळे खरेच काही परिवर्तन घडणार आहे का, हा विचार स्वामीजींना कधी-कधी अस्वस्थ करायचा. कारण त्यांचे व्याख्यान ऐकून लोकांना काही अवधीसाठी निश्चितच प्रेरणा मिळायची; पण काही दिवसांनंतर मात्र 'ये रे माझ्या मागल्या...' हीच स्थिती असायची. म्हणून स्वामीजींनी तेथील काही निवडक लोकांना ज्ञान द्यायला सुरुवात केली आणि अशा लोकांना दीक्षा दिली. शिवाय, काही विशिष्ट स्थानांची निर्मिती केली, जेणेकरून लोक सत्यमार्गावर उत्साहाने आणि सातत्यपूर्वक वाटचाल करतील.

जवळपास चार वर्षे स्वामीजी परदेशात राहिले. शिकागो, बोस्टन, न्यूयॉर्क, अमेरिका ते लंडन आणि पुन्हा अमेरिका– असा त्यांचा प्रदीर्घ प्रवास होता. कार्याची व्याप्ती वाढताच स्वामीजींनी रामकृष्ण परमहंसांच्या काही शिष्यांना परदेशात आमंत्रित केले. त्यानंतर स्वामीजी मायदेशी परतले. शिकागो धर्मसभेतील अभूतपूर्व यशाची वार्ता एव्हाना भारतात पसरली होती. म्हणूनच स्वामीजींच्या आगमनाची बातमी समजताच भारतीयांच्या तनामनांत उत्साह संचारला होता. कारण भारतमातेचा हा 'आध्यात्मिक दूत' आपले निर्धारित ध्येय पूर्ण करून परतला होता. सर्वांना या महान धर्मयोद्ध्याच्या स्वागताचे वेध लागले होते. मुख्य शहरांमध्ये तर स्वागत-समित्यांची स्थापना करण्यात आली होती. स्वामीजींचे गुरुबंधू आणि मित्र त्यांच्या भेटीसाठी आतुर झाले होते.

कोलंबोनंतर स्वामीजींची मद्रास येथे एक भव्य स्वागत-सभा झाली. मद्रास येथील खुल्या मैदानात झालेल्या सभेत स्वामीजींनी केलेले भाषण अत्यंत प्रेरणादायी होते. त्यांनी सर्व उपस्थितांना आवाहन केले, 'तुम्ही तुमच्या उत्साहात खंड पडू देऊ नका. मला या कार्यात असंख्य लोकांचे सहकार्य हवे आहे.'

स्वामीजींच्या कार्याविषयी आणि त्यांच्या भारतातील आगमनाविषयी सर्व प्रमुख वर्तमानपत्रांतही माहिती प्रसिद्ध होत होती. परिणामी, आता स्वामीजींना संपूर्ण देशभरातील लोक ओळखू लागले होते. स्वामीजी जिथे कुठे जात, तिथे त्यांचे आदरातिथ्य ठरलेलेच असायचे. एका मनुष्याने स्वामीजींना एक प्रश्न विचारला, "स्वामीजी, आपल्या स्वागतासाठी आणि रॅलीसाठी कितीतरी पैसे खर्च करावे लागतात, याबद्दल आपल्याला काही खंत वाटत नाही का? इतका पैसा खर्च करायची खरेच गरज आहे का?" यावर स्वामीजी दृढतेने म्हणाले, "होय तर! सत्याच्या प्रचारासाठी शक्य ते आयोजन करायला हवे. अशा कार्यक्रमांतून श्री रामकृष्ण परमहंसांच्या ज्ञानाचाच प्रचार आणि प्रसार होत आहे." गुरूंनी दिलेला ज्ञानरूपी वसा सर्वांपर्यंत पोहोचवण्यासाठी शिष्यामध्ये कोणती दृढता असायला हवी, हे या प्रसंगावरून लक्षात येते.

पुढे कोलकातामध्ये दिलेल्या व्याख्यानांत स्वामीजी प्रांजळपणे सांगायचे, "आता मी तुम्हांला ज्या पंक्ती सांगणार आहे, त्यामुळे तुमच्या जीवनात परिवर्तन घडू शकते. पण त्या सर्व पंक्ती म्हणजे माझ्या गुरूंनी दिलेली शिकवण आहे. पण समजा, एखाद्या पंक्तीमुळे जर तुम्ही संभ्रमित झालात, तर ते माझ्या गुरूंचं ज्ञान नसून माझं आहे असे सम जा. कारण माझे गुरू परिपूर्ण ज्ञान देतात" गुरूंचे ज्ञान जनसामान्यांपर्यंत पोहोचवताना, 'अहंकाराचा वारा न लागो राजसा... ' ही दक्षता स्वामीजी नेहमीच बाळगायचे. खरेच ते अत्यंत निष्ठावान, विनम्र आणि निष्कपट शिष्य होते. स्वामीजींना त्यांच्या गुरूंविषयी

विचारणा केली असता, ते एके ठिकाणी म्हणाले होते, 'माझ्यासारखे हजारो शिष्य जरी एकजीव केले, तरी माझ्या गुरूंचा अतिसूक्ष्म कणही तयार होणार नाही.'

आपण करत असलेले प्रत्येक कार्य म्हणजे श्री रामकृष्ण परमहंसांचीच किमया आहे, या गोष्टीचा स्वामीजींना सतत बोध व्हायचा. स्वामीजी म्हणत, 'एका सर्वसामान्य भक्ताला रामकृष्ण परमहंस जितके समजले आहेत, त्यापेक्षा त्यांचा महिमा खूपच अगाध आहे. खरे तर रामकृष्णांचे अस्तित्व इतके असीम आहे, की त्यांना एका विशिष्ट चौकटीत बांधताच येत नाही. ते तर अनंत आध्यात्मिक भावनांचे, जाणिवांचे प्रतिबिंब आहेत. त्यांचे कोट्यवधी रूपात वर्णन करता येईल. त्यांची महानता इतकी आहे, की केवळ त्यांच्या एका कृपाकटाक्षाने क्षणभरात लाखो विवेकानंद निर्माण व्हावेत! पण गुरूंना बहुधा माझ्या या देहाद्वारे कार्य करण्याची इच्छा असावी.'

भारतात आगमन होताच स्वामीजींनी १८९७ मध्ये 'रामकृष्ण मठ' या संस्थेच्या बेलूर येथील मठाची स्थापना केली. शिवाय, विश्वस्त मंडळाची नेमणूक करून संघाच्या संन्यासीवर्गाकडे मठाच्या कार्याची जबाबदारी सोपवली. साधना आणि मानवजातीची सेवा उत्तम प्रकारे व्हावी, यासाठी संन्याशांना प्रशिक्षण देणे, हाच बेलूर येथील मठाचा उद्देश होता.

यानंतर 'रामकृष्ण मिशन' नावाची संस्था स्थापन झाली. एका प्रबंधक मंडळाकडे या समितीच्या कार्यक्रमाची सूत्रे देण्यात आली. बेलूर मठाचे विश्वस्त या मंडळाचे सदस्य होते. आजही 'रामकृष्ण मठ' आणि 'रामकृष्ण मिशन' या दोन संस्थांच्या शाखा देश - विदेशात कार्यरत आहेत.

रामकृष्ण मिशन समितीचा उद्देश आहे– रामकृष्ण परमहंसांनी मानवजातीच्या कल्याणार्थ जो संदेश दिला आणि जे दिव्य गुण रामकृष्णांच्या जीवनात अभिव्यक्त झाले, त्यांचा प्रचार-प्रसार करणे, जेणेकरून जनसामान्यांना त्यांच्या शारीरिक, मानसिक आणि आध्यात्मिक विकासासाठी साहाय्यता मिळावी.

विविध क्षेत्रांत रामकृष्ण मिशन आणि रामकृष्ण मठ या दोन संस्थांच्या कार्याचा होणारा विस्तार पाहून स्वामीजी हर्षोल्हासित व्हायचे.

# २९

# अंतिम पर्व

**बलाची आणि विश्वासाची जोपासना करा.**
**सत्यनिष्ठा, पावित्र्य आणि निर्मळता यांचीच कास धरा.**
**आपापसांत मुळीच भांडू नका. कारण 'ईर्षा' हाच**
**मानव जातीला जडलेला सर्वात मोठा रोग आहे.**

स्वामीजींनी त्यांच्या जीवनातील अंतिम दिवस मठात शांतिपूर्ण अवस्थेत व्यतीत करण्याचा प्रयत्न केला.

दिवसेंदिवस त्यांचे शरीर रोगांनी जर्जर होत होते; पण त्यांची बुद्धी मात्र शेवटपर्यंत सतेज होती. त्यांच्या प्रकृतीत कोणतीही सुधारणा होत नव्हती. पण, आपल्या शारीरिक दुर्बलतेचा कोणताही विपरीत परिणाम त्यांनी सेवाकार्यावर होऊ दिला नाही. शिष्य जेव्हा त्यांना आराम करण्याची विनंती करुन, तेव्हा ते नकार देत म्हणायचे, "अरे बांधवांनो, आराम करण्यासाठी माझ्याजवळ वेळ कुठे आहे? रामकृष्ण 'काली... काली...' म्हणत भावविभोर होऊन ओरडायचे. तीच कालीमाता आता माझ्या तनामनात वास करत आहे. अरे, रामकृष्णांनी देह त्यागला; त्याआधी तीन-चार दिवसांपूर्वीच त्यांची कालीमाता माझ्या देहात निवास करण्यासाठी आली होती. आता तीच मला इकडून तिकडे जाण्यासाठी, कार्य करण्यासाठी प्रवृत्त करत आहे. कालीमाता मला स्वस्थ बसूच देत नाही. माझं स्वत:कडे मुळीच लक्ष जाऊ नये, इतपत ती मला कार्यमग्न ठेवतेय "

स्वामीजींसोबत मठात काही पाळीव प्राणीदेखील राहत होते. त्यात कुत्रा, वाघ,

बकरी, राजहंस, हरिण, सारस, काही गाई-शेळ्या आणि बदक यांचा समावेश होता. अशा सर्व प्राणिमात्रांसोबत स्वामीजी आयुष्याची संध्याकाळ व्यतीत करत होते. सर्व प्राण्यांबद्दल त्यांच्या मनात अपार प्रेम होते. खरे तर स्वामी विवेकानंद हे स्वतःच प्रेमाचा सागर होते, त्यामुळे सर्व प्राण्यांना त्यांच्या सहवासात प्रेमाचा ओलावा जाणवायचा.

दिवसेंदिवस स्वामीजींची प्रकृती खालावत चालली होती. त्यांना काही वैद्यांच्या देखरेखीखाली ठेवण्यात आले होते. त्यांचे दोन्ही पाय खूपच सुजले होते आणि त्यांचे संपूर्ण शरीर अतिसंवेदनशील बनले होते. एका वैद्याच्या सल्ल्यानुसार, त्यांनी एका नियमाचे अत्यंत कठोरपणे पालन केले होते. तो नियम म्हणजे, पाणी आणि मीठ सर्वथा वर्ज्य! काय आश्चर्य, स्वामीजींनी सलग २१ दिवस पाण्याचा एक थेंबही प्राशन केला नव्हता. ते त्यांच्या एका शिष्याला म्हणाले, ''शरीर म्हणजे मनरूपी यंत्राचाच एक भाग! मन जसा आदेश देते, तसे शरीर वागू लागते. सध्या मी पाण्याविषयी मुळीच विचार करत नाही. त्यामुळे मला पाण्याचा अभाव मुळीच अस्वस्थ करू शकत नाही. आता तर असे वाटत आहे, की मी कोणतीही गोष्ट सहज साध्य करू शकतो.''

स्वामीजींच्या प्रकृतीविषयी चिंतित झाल्याने त्यांच्या गुरुबंधूंनी आणि काही शिष्यांनी, इतर साधक स्वामीजींशी करत असलेल्या चर्चांवर नियंत्रण आणण्याचा प्रयत्न केला; पण स्वामीजींना ही बाब मुळीच मंजूर नव्हती. एके दिवशी ते म्हणाले, ''हे पाहा, या नश्वर देहाचा शेवटी काय उपयोग आहे? त्यापेक्षा मानवजातीच्या सेवेत हा देह झिजून जाणंच उत्तम! ठाकूरांनी शेवटच्या श्वासापर्यंत सत्याचा संदेश दिला होता ना! मग मलाही हाच वसा आणि वारसा पुढे न्यायला हवा. मला या देहाची तिळमात्र पर्वा नाही. अरे, सत्यसाधकांशी चर्चा करून मला किती आनंद होतो, याची तुम्ही कल्पनाही करू शकणार नाही. माझ्या बांधवांच्या आत्म्याचं उन्नयन करण्यासाठी मी हजार वेळा मरायला सिद्ध आहे.''

स्वामीजींचे हे अनोखे रूप पाहून त्यांचे शिष्य आणि गुरुबंधू आणखी काळजीत पडायचे. त्यांना रामकृष्णांचे शब्द आठवत, 'कार्याची पूर्ती झाल्यावर नरेंद्र नेहमीसाठी समाधी अवस्थेत जाईल. त्याला जेव्हा स्वतःचे खरे रूप उमजेल, तेव्हा तो पंचमहाभूतांनी बनलेल्या या देहात राहणे मुळीच पसंत करणार नाही.' खरेच! स्वामीजी संपूर्ण साहसाने जणू मृत्यूचे स्वागतच करत होते.

काही दिवसांनंतर मात्र स्वामीजींनी आपल्या कार्याचा त्याग केला. आपण वयाची चाळिशीसुद्धा गाठू शकणार नाही, असे त्यांना जाणवू लागले. आता मठाची जबाबदारी त्यांच्या शिष्यांवर आणि गुरुबंधूंवर होती.

खरे तर बंगालचे हवामान स्वामीजींच्या स्वास्थ्यासाठी मुळीच अनुकूल नव्हते. त्यामुळे त्यांना होत असलेला दम्याचा त्रास आणखी बळावत होता. त्यांची शारीरिक अस्वस्थता पाहून सर्वांनी त्यांना विश्रांती घेण्याचा सल्ला दिला. आपल्या शुभचिंतकांच्या विनंतीला मान देऊन स्वामीजींनी जवळपास सात महिने मठात आराम केला.

मठातील त्यांची खोली त्यांना खूपच प्रिय होती. आजवर त्यांनी याच खोलीत स्वत:चे लेखनकार्य केले होते.... ध्यानसाधनेने ही जागा पुलकित झाली होती. स्वामीजी कधी-कधी या खोलीत भोजनही करायचे आणि शेवटी त्याच खोलीत त्यांनी स्वत:चा देह त्यागला... ती जणू एक महासमाधीची अवस्थाच होती.

# ३०

## स्वामी विवेकानंदांची मुख्य शिकवण

**इतरांनी तुम्हांला कितीही शिव्याशाप दिले,<br>तरी तुम्ही मात्र त्यांना आशीर्वादच द्या.<br>कारण तुम्हांला शिव्यांची लाखोली वाहून<br>ते तुमचा दांभिकपणा कमी होण्यासाठी मदत करत आहेत.**

स्वामी विवेकानंद म्हणजे युवकांचे प्रेरणास्थान! स्वामीजी म्हणजे ज्ञानयोग, कर्मयोग आणि प्रेरणा यांचे ज्वलंत उदाहरणच! त्यांनी दिलेली शिकवण संपूर्ण विश्वाला अखेरपर्यंत प्रेरणा देत राहील.

अमेरिकेत असताना स्वामीजी एके दिवशी एका नदीकिनाऱ्याजवळून जात होते. त्या किनाऱ्यावर काही युवक बंदुकीच्या साहाय्याने नदीत एक निशाणा साधत होते. उत्सुकतेवश स्वामीजी त्या युवकांजवळ पोहोचले, तेव्हा त्यांच्या लक्षात आले, की ते युवक नदीमध्ये तरंगणाऱ्या अंड्यांच्या टरफलांवर निशाणा साधण्याचा प्रयत्न करत होते. पण त्यांपैकी एकाचाही निशाणा साधला जात नव्हता. स्वामीजींनी त्या युवकांना बंदूक देण्याची विनंती केली आणि काय आश्चर्य! सलग बारा वेळा त्यांनी अचूक निशाणा साधला. स्वामीजींच्या तीक्ष्ण दृष्टीने एकापाठोपाठ बारा टरफलांचा वेध घेतला. ते युवक स्वामीजींकडे आश्चर्यभावनेसह पाहू लागले. कारण ती

तरुण मुले बराच वेळ अचूक नेम साधण्याचा प्रयत्न करत होती आणि त्यांचा प्रत्येक प्रयत्न अयशस्वी ठरत होता. स्वामीजींनी मात्र काही क्षणांतच मोहीम फत्ते केली. ''आपण इतक्या अचूकपणे नेम कसा बरे साधलात?'' त्या युवकांनी विचारलेल्या प्रश्नावर स्वामीजी म्हणाले,

''यामागचे रहस्य एकच! ते म्हणजे आपल्या ध्येयावर संपूर्णपणे लक्ष एकाग्र करणे. तुम्ही जे काही कार्य करत आहात, ते पूर्ण एकाग्रतेनिशी करायला हवे, तुमचा मेंदू केवळ त्याच कार्यात रमायला हवा. समजा, तुम्ही आता जर निशाणा साधण्याचं कार्य करत असाल, तर तुमचे पूर्ण लक्ष केवळ त्यावरच केंद्रित व्हायला हवे. थोडक्यात, तुम्ही वर्तमानात करत असलेल्या कार्यावर जर तुमचे पूर्ण लक्ष केंद्रित केले, तर यशश्री स्वतःहून तुम्हाला माळ घालेल.''

स्वामीजींनी मांडलेला हा विचार खरेच किती अर्थपूर्ण आहे. मनुष्याने जर या विचारानुसार कार्य केले, तर त्याच्या मार्गात येणारे अडथळेसुद्धा त्याला साहाय्य करतील. आजवर या विश्वात ज्यांनी अलौकिक यश मिळवले आहे, त्यांनी नेमकी हीच बाब अमलात आणली आहे. ती म्हणजे, निर्धारित ध्येय पूर्ण करण्यासाठी त्यावरच संपूर्ण लक्ष केंद्रित करणे. म्हणूनच अशी यशस्वी माणसे आजही आपल्या स्मरणात आहेत. कारण अशा लोकांनी सर्वप्रथम त्यांच्या आयुष्यात एक विशिष्ट ध्येय निर्धारित केले आणि मग त्याच दिशेने ते कार्यप्रवण झाले. त्यांनी सांसारिक कर्तव्यांची पूर्तता तर केलीच; शिवाय ध्यान आणि एकाग्रतेचा गुणही आत्मसात केला.

स्वामीजींनी अशा अनेक अमूल्य बाबींची शिकवण युवा पिढीला दिली. त्यांनी भारतातील युवा पिढीला सर्वोच्च मार्गावर वाटचाल करण्याचा जणू मूलमंत्रच दिला. शिवाय, त्यांचे जीवन म्हणजे निःस्वार्थ सेवेचे मूर्तिमंत उदाहरण होते. भारत एक बलशाली आणि निर्भय राष्ट्र बनावे, हे स्वामीजींचे भव्य स्वप्न होते. म्हणूनच ते म्हणत, 'निर्बलता आणि भयगंड म्हणजे पाप होय. प्रत्येकाने या दोन दुर्गुणांतून मुक्त व्हायला हवं.'

स्वामीजींनी केलेल्या मार्गदर्शनात खूपच सखोलता जाणवते. म्हणूनच त्यांच्यापासून प्रेरणा घेत अनेक विदेशी लोक त्यांचे शिष्य बनले. त्यांपैकी काही विदेशी शिष्य स्वामीजींना विचारायचे, 'आजवर भारताने कधीच कोणत्याही देशावर आक्रमण का केले नाही?' या प्रश्नावर स्वामीजी उत्तर द्यायचे, 'कारण भारतीय लोक इतरांवर आक्रमण करून विजयी होऊ इच्छित नाहीत, हीच आम्हा भारतीयांसाठी गौरवास्पद बाब आहे.' स्वामीजी सर्वांना दृढतेने सांगायचे, 'सूर्य हा नेहमी पूर्व दिशेलाच उगवतो.

म्हणूनच ज्ञानरूपी सूर्यदेखील नेहमी भारतातच उगवत राहील.' स्वामीजींचे शिष्य एकत्रितपणे नानाविध विषयांवर चर्चा करायचे; तर त्यांपैकी काही ज्ञानपिपासू शिष्य स्वामीजींकडून दीक्षा स्वीकारायचे.

स्वामीजी म्हणायचे, मनुष्याचे शरीर पोलादासमान कणखर असावे; त्याची बुद्धी रद्दीप्रमाणे टाकाऊ असू नये. अर्थातच, शरीर सशक्त आणि बुद्धी चाणाक्ष असावी. कारण अज्ञानवश मनुष्य नकारात्मक विषयांमध्ये अडकतो. परिणामी, असे लोक मोहमाया विषयांमध्येच गुंतून पडतात आणि दुर्बल बनतात.

स्वामीजींच्या व्याख्यानांत शरीरसंपदेचे महत्त्व वारंवार अधोरेखित व्हायचे. ते म्हणायचे, 'शरीर जर सुदृढ आणि सशक्त असेल, तरच तुम्ही सहजतेने ईश्वराची साधना करू शकाल.' याशिवाय, ते उपस्थितांना आणखी एक मौलिक संदेश द्यायचे, 'तुम्हाला जर खरोखरच ईश्वर हवा असेल, तर एखाद्या विधवेला तिच्या पतीचे जसे सतत स्मरण होत असते, अगदी त्याचप्रमाणे तुम्हीदेखील ईश्वराचे स्मरण करा, मगच तुम्हांला ईश्वरप्राप्ती होईल.'

स्वामीजी संपूर्ण आयुष्यभर केवळ गुरूंच्या मार्गदर्शनानुसारच वाटचाल करत राहिले. 'बोले तैसा चाले त्याची वंदावी पावले' ही पंक्ती स्वामीजींसाठी सार्थ वाटते. स्वामीजी इतरांना जो संदेश द्यायचे, तो त्यांनी आधी स्वतःच्या आयुष्यात आचरणात आणला होता. 'हजारो वर्षे तमोगुणात खितपत पडण्यापेक्षा, कार्यरत असताना मृत्यू आला तरी बेहत्तर!' हा त्यांच्या जीवनाचा जणू संदेशच होता. स्वामीजींसाठी कर्म हीच पूजा होती. ते ठिकठिकाणी ज्ञानप्रसाराचे कार्य करण्यासाठी जात असत. अखेरच्या काही दिवसांत त्यांचे शरीर रोगग्रस्त झाले होते, तरीही ते कार्यप्रवृत्त होते. वयाच्या ३९व्या वर्षी सन १९०२ मध्ये त्यांनी शारीरिकदृष्ट्या या जगाचा निरोप घेतला.

मानवी शरीराचा मूळ उद्देश काय आहे, याविषयी स्वामीजींनी अत्यंत मौलिक मार्गदर्शन केले. कित्येक लोक संसाराच्या मोहपाशात इतके गुरफटतात, की ते एक संकुचित जीवन जगून या जगाचा निरोप घेतात. पण मनुष्याने केवळ स्वतःसाठी न जगता, इतरांची निःस्वार्थ सेवा करायला हवी, त्याने मुक्तपणे निःसंकोच जगायला हवं, हा स्वामीजींचा मुख्य संदेश होता. ते म्हणायचे, 'सर्वात श्रेष्ठ दान आहे, 'धर्मदान'. त्यानंतर महत्त्वाचे आहे, 'विद्यादान'. तिसरे श्रेष्ठ दान 'प्राणदान' असून, चौथे महत्त्वपूर्ण दान आहे, 'अन्नदान'.'

स्वामीजी विकासाचे मर्म सांगताना म्हणायचे, 'लोकहो, तुम्ही याआधी मोठ्या प्रमाणात अन्नदान केले आहे. भारतात तर भिकारी लोकही आपल्या ताटातला अर्धा

हिस्सा आपल्या पलीकडे बसलेल्या बांधवाला देतात. अन्नदानाविषयी तुम्ही खूप काही जाणले आहे. आता वेळ आली आहे, 'धर्मदान' करण्याची! कारण त्यामुळेच तुमचा खरा विकास होणार आहे. अन्नदान तर करायलाच हवे; पण आता यापुढे एक पाऊल टाकायलाच हवे आणि ते म्हणजे, 'धर्मदान'.'

'जे आपणासि ठावे ते इतरांसी सांगावे' ही पंक्ती स्वामीजींबाबत अत्यंत सार्थ ठरते. कारण स्वामीजींनी 'उत्तम गोष्टींची देवाणघेवाण करा', असे मार्गदर्शन केले. भारताने संपूर्ण विश्वाला ज्ञान द्यावे आणि मोबदल्यात जे मिळेल त्याचा शांतिपूर्ण स्वीकार करावा. कारण निसर्गाचा मुख्य गुण आहे, 'आदानप्रदान'. स्वामीजींना विदेशात जे काही प्राप्त झाले, त्याचा त्यांनी प्रेमपूर्वक स्वीकार केला. परिणामी, भारताच्या विकासासाठी त्याचा उपयोग झाला.

स्वामीजींच्या या सफल जीवनाचे मुख्य कारण म्हणजे गुरू रामकृष्ण परमहंस होय. विवेकानंद जे काही प्रश्न विचारायचे, त्या सर्वांची उत्तरे रामकृष्ण परमहंसांना आधीच ज्ञात होती; पण ते जणू काहीच माहीत नसल्याप्रमाणे वागायचे. कारण त्यांची ही एक प्रकारे 'लीला'च होती. पण बुद्धिमान नरेंद्रला आरंभी गुरूंची ही लीला मुळीच समजू शकली नाही. त्यामुळेच तो गुरूंच्या या लीलेचा आरंभी आनंदच घेऊ शकला नाही. पण, स्वामीजींना गुरूंची ही लीला अनुभवाने नंतर समजली.

जीवनात महान ध्येय साध्य करण्यासाठी सर्वप्रथम स्वतःला प्रशिक्षित करावे लागेल. त्यासाठी व्यायाम करून शरीर सुदृढ बनवा, नेहमी सजग राहून बुद्धी कुशाग्र बनवा आणि दररोज थोडे का असेना, पण सातत्यपूर्वक कार्य करा. अहंकार, पूर्वग्रह आणि चुकीच्या धारणांना बाधा बनू देऊ नका. मग हळूहळू आपले शरीर बलवान बनेल आणि बुद्धी तीक्ष्ण होईल.

शरीर कमजोर असल्यास मनुष्य सुस्तीला बळी पडतो आणि काम टाळण्यासाठी अनेक बहाणे देऊ लागतो. कधी तो म्हणतो, 'मी आज खूप थकलो आहे', तर कधी म्हणतो, 'काय करू! माझं शरीर मला साथच देत नाही.' असे लोक नेहमी सुस्तीला बळी पडतात. मग प्रत्येक काम त्यांना ओझे वाटते. पण ही परिस्थिती कशी बदलता येईल, हा प्रश्नच ते स्वतःला कधी विचारत नाहीत. 'लीला' आणि 'कृपा' यांच्या संगमामुळेच स्वामी विवेकानंद परदेशी लोकांना अनाकलनीय गोष्टीदेखील समजावून सांगू शकले. मनुष्य आपला आदर्श डोळ्यांसमोर ठेवून कशा प्रकारे उच्च स्थानी पोहोचू शकतो, हेदेखील ते परदेशी लोकांना पटवून देऊ शकले.

# ३१

## कर्म आणि विवेक यांचा अनोखा संगम

**आयुष्यात धीरगंभीरतेला निष्पाप बालकाच्या निरागसतेची जोड द्या. सर्वांशी गुण्यागोविंदाने राहा. अहंकाराचा आणि संकुचित सांप्रदायिकतेचा विचारही करू नका. व्यर्थ वादविवाद म्हणजे जणू महापाप होय.**

स्वामी विवेकानंदांच्या तेजस्वी व्यक्तिमत्त्वाचा एक महत्त्वपूर्ण गुण म्हणजे, 'निःस्वार्थ भावशक्ती'! याच कारणास्तव 'बहुजन हिताय, बहुजन सुखाय' हाच त्यांचा जीवनमंत्र होता. भारतातील दयनीय स्थिती पाहून त्यांचे हृदय करुणेने भरत असे. भारतमातेच्या भुकेल्या पुत्राला अन्न मिळायला हवे, गरजवंतांच्या सर्व आवश्यकता पूर्ण व्हायला हव्यात आणि सर्वांनाच धर्मदान मिळायला हवे, असे त्यांना नेहमीच वाटायचे. विदेशात गेल्यावर ते तेथील लोकांची कार्यतत्परता आणि उद्योगप्रियता पाहून खूपच प्रभावित झाले होते. ते म्हणायचे, 'देश-विदेश हा योग जुळायला हवा. कारण भारत इतर देशांना 'आध्यात्मिक ज्ञाना'ची दौलत देऊ शकतो; तर इतर देश भारताला कर्मकुशल बनण्याचे, उद्योगप्रिय होण्याचे ज्ञान देऊ शकतात. भारतीय मुळातच अंतर्मुख स्वभावाचे आहेत, तर परकीय लोक बहिर्मुख वृत्तीचे! म्हणूनच अंतर्ज्ञानाचा सूर्य पूर्वेकडे (भारतात) उगवतो; तर भौतिक प्रगतीची सूत्रे परदेशात गवसतात. परकीयांनी नानाविध शोध लावून जे अचाट कार्य केले आहे ते खूपच महत्त्वपूर्ण आहे. या दोन्हींचा संगम झाला, तर तो एक 'दुग्धशर्करा योग' असेल, एका संतुलित शक्तीचे द्योतक असेल.'

स्वामी विवेकानंदांना अभिप्रेत असणारे संतुलन म्हणजे 'विज्ञान' आणि 'विवेक'

यांनी परस्परांच्या हातात हात गुंफण्यासारखेच आहे. प्रत्येक देश 'विज्ञान' आणि 'विवेक' या दोन्ही गोष्टींमुळे संपन्न होऊ शकतो. हे संतुलन आपल्या जीवनात कशा प्रकारे येऊ शकते, हे आपण आता पाहणार आहोत.

मनुष्याचा विवेक सर्वप्रथम 'ज्ञान' बनतो, नंतर 'विज्ञान' आणि शेवटी 'आनंद' म्हणजेच 'विवेकानंद' बनतो. हे सर्व विवेकयात्रेतील काही टप्पे आहेत. विवेकाचे ज्ञानात रूपांतर होणे म्हणजे विश्वाविषयीची माहिती मिळणे. विवेकाचे विज्ञानात रूपांतर होणे म्हणजे विश्वरूपी प्रयोगशाळेत विवेकाचा प्रयोग करणे होय. कारण विज्ञान नेहमी प्रयोगशील असते. विवेकाचे आनंदात रूपांतर होणे म्हणजे विवेकासोबत असा पैलू जोडला जाणे, जेणेकरून सुख-दुःखापलीकडील अपूर्व आनंदाची अवस्था प्रकटावी. नरेंद्रचा जीवनरूपी प्रवास या सर्व टप्प्यांतून झाला आणि त्याचे शेवटी 'विवेकानंदा'त रूपांतरण घडले.

यांपैकी आपण कोणत्याही टप्प्यावर असलो, तरीही आपल्याला पुढील प्रवास करायचा आहे, हा निश्चय करा. ज्ञान, विज्ञान आणि आनंद या तिन्ही अवस्था प्राप्त करा, मग तुमच्या आयुष्यात अंतर्बाह्य समृद्धी असेल, यात शंकाच नाही. आता हे संतुलन कसे साधायचे, हे एका उदाहरणाद्वारे समजून घेऊ या–

इंग्रजीतील 8 हा आकडा शिवाच्या डमरूच्या आकृतीशी मेळ घालतो. आध्यात्मिक दृष्टीने बघितले तर डमरूचा मधला हिस्सा म्हणजे 'संतुलन' होय. याच स्थानावर राहून आपल्याला संतुलित जीवन जगण्याची कला अवगत करायची आहे.

डमरूच्या आकृतीत एक गोलाकार हिस्सा वर असतो, तर दुसरा गोलाकार हिस्सा खाली. यामध्ये एक गोलाकार हिस्सा चैतन्य असून, दुसरा गोलाकार हिस्सा आहे विश्व किंवा संसार. या दोन्ही गोलाकार भागांचा जोडबिंदू आहे, 'संतुलन'. जिथून दोन्ही गोलांमध्ये प्रवेश करणे सहज, सुलभ होते.

तुमच्या जीवनातदेखील एक गोल आहे. तो म्हणजे, 'संसार'. जिथे नाती, कुटुंब, नोकरी-व्यवसाय, मित्र इत्यादी येतात आणि दुसरा गोल आहे चैतन्य, अनुभव. या दोन्ही गोलांमध्ये संतुलन साधूनच संतुलित जीवन-संगीत जगता येते. या दोन्ही गोलांपैकी कोणताही एक गोल दुसऱ्यापेक्षा मोठा किंवा छोटा झाला तर संतुलन बिघडू शकते; संतुष्टी, समाधान हरवते. हे संतुलन कायम ठेवण्यासाठी केंद्रबिंदू मजबूत करणे आवश्यक आहे. केंद्रावर राहून ध्यान करणे आवश्यक आहे. ज्यामुळे एका गोलातून दुसऱ्या गोलात सहजपणे ये-जा करता यावे.

आपण केवळ सांसारिक गोष्टींमध्ये अडकून राहिलात तर संसाररूपी गोल मोठा होईल आणि वास्तवात 'आपण जे आहात,' त्या चैतन्याचा गोल छोटा होईल. स्वत:ला जाणून त्याला अभिव्यक्त केले नाही, तर चैतन्याचा गोल मोठा होईल आणि संसाराचा छोटा. यामुळेदेखील संतुलन बिघडेल, कारण आपण निर्मितीच्या आनंदापासून वंचित राहाल.

सांसारिक आणि आध्यात्मिक अशा दोन जीवनांमध्ये संतुलन साधून 'विवेक-ज्ञान, विवेक-विज्ञान ते विवेक-आनंद', ही यात्रा आपल्याला पूर्ण करायची आहे.

स्वामी विवेकानंदांचे जीवन-चरित्र समजून घेऊन आपल्या विवेकयात्रेचा शुभारंभ करा. आपली यात्रा सहज, सरळ आणि सफल व्हावी, हीच शुभेच्छा!

## संसार आणि चैतन्य यांच्या दरम्यानचे संतुलन, चित्ररूपामध्ये

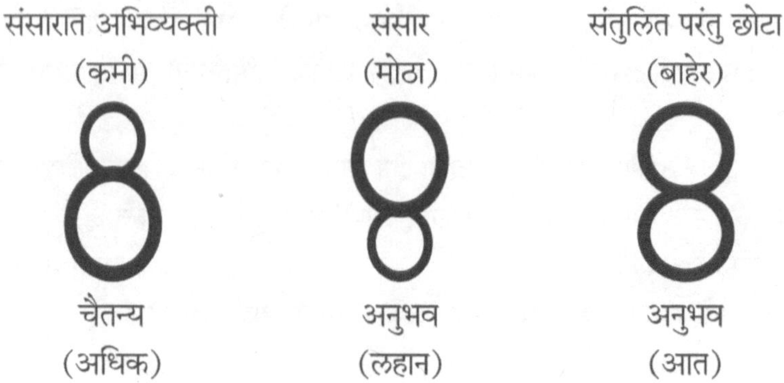

## संतुलित आणि पूर्ण विकसित जीवन

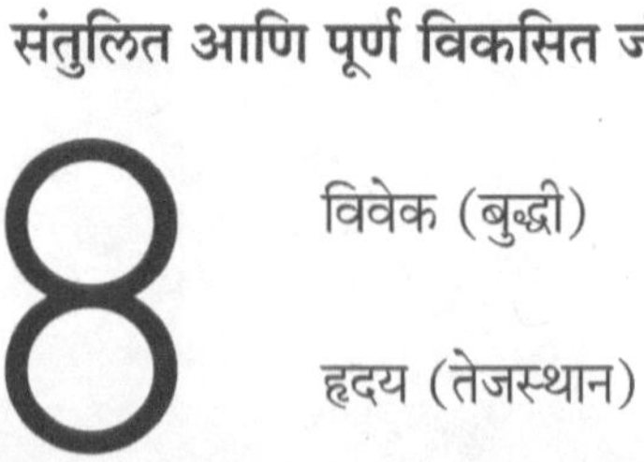

# परिशिष्ट

## स्वामी विवेकानंदांचे काही प्रेरणादायी विचार

१. माझ्या वाघांनो उठा, 'मी दुर्बल आहे' या भ्रमातून मुक्त व्हा. कारण तुम्ही तर साक्षात अमर आत्मा आहात, तुम्ही तर स्वच्छंद जीव आहात. तुम्ही धन्य आहात, सनातन आहात. ना तुम्ही पंचतत्त्वे आहात, ना त्यांपासून निर्माण झालेले हे शरीर; तुम्ही तर साक्षात पंचमहाभूतांचे स्वामी आहात.

२. ज्याप्रमाणे सर्व नदी-नाले, झरे शेवटी समुद्रालाच मिळतात, त्याचप्रमाणे मनुष्याने निवडलेला प्रत्येक मार्ग ईश्वरापर्यंतच पोहोचतो; मग तो चांगला असो अथवा वाईट. कारण वाईट कर्म केल्यानंतर मनुष्य थकून ईश्वराकडे वळतो.

३. कोणाचीही निंदा करू नका. तुम्ही जर इतरांसाठी मदतीचा हात पुढे करू शकत असाल, तर जरूर करा; पण ते शक्य नसेल, तर तुमचे दोन्ही हात जोडा आणि आपल्या बांधवांना आशीर्वाद द्या. त्यांना त्यांच्या मार्गावर वाटचाल करू द्या.

४. आत्म्यासाठी एखादी गोष्ट अशक्य आहे, असा विचार कधीही करू नका. कारण असा विचार करणे, हे सर्वात मोठे पातक आहे. स्वत:ला किंवा इतरांना दुर्बल समजणे, हेच विश्वातील सर्वात मोठे पाप आहे.

५. तुमच्याकडे असलेल्या संपत्तीचा इतरांच्या कल्याणाकरिता उपयोग होत असेल, तरच तिचे काही मूल्य आहे. अन्यथा ती दुर्गुणांची भली मोठी खाण आहे. असे असेल तर जितक्या लवकर तिच्यापासून सुटका होईल तितके चांगले.

६. मनुष्याला स्वत:वर विश्वास ठेवण्याविषयी जर संपूर्ण ज्ञान लाभले आणि हाच विश्वास वृद्धिंगत करण्यासाठी जर त्याने अभ्यास केला, तर दुर्गुणांचा आणि दु:खांचा डोंगर त्याच्या आयुष्यातून कायमचा बेचिराख होईल.

७. प्रत्येकाला त्याच्या सर्वोच्च आदर्शाप्रत पोहोचण्यासाठी आपण प्रोत्साहित करायला हवे. शिवाय, त्याने निर्धारित केलेला आदर्श सत्याच्या निकट यावा, यासाठी त्याची मदत केली पाहिजे.

८. एखादा विचार जेव्हा कोणत्याही रूपात बुद्धीवर प्रभुत्व गाजवतो, तेव्हा तो भौतिक अथवा मानसिक स्तरावर परिवर्तित होतो.

९. विकासाची सुरुवात तुम्हांला आतून करायची आहे आणि त्याचा विस्तार बाहेर करायचा आहे. तुम्हांला कोणीही शिकवू शकत नाही, तुम्हांला कोणीही आध्यात्मिक ज्ञान देऊ शकत नाही. कारण वास्तवात तुमच्या आत्म्याखेरीज तुमचा अन्य कोणीही गुरू नाही.

१०. स्वतंत्र होण्याचे साहस करा. तुमचे विचार जिथपर्यंत जात आहेत तिथपर्यंत जाण्याचे धाडस करा आणि ते आपल्या जीवनात उतरवण्याचा प्रयत्न करा.

११. जो पुरुष अथवा स्त्री कसलीही अपेक्षा न ठेवता संपूर्ण निःस्वार्थ भाव ठेवून केवळ देतच राहतो, तोच सर्वात यशस्वी ठरतो. हेच खऱ्या सफलतेचे आणि आनंदाचे रहस्य आहे.

१२. तुम्ही जसा विचार करता तसे बनता. तुम्ही स्वतःला निर्बल समजत असाल, तर निर्बल बनाल आणि बलवान समजत असाल तर बलवान बनाल.

१३. ईश्वराशी असलेले प्रेमाचे बंधन हे असे बंधन आहे, जे आत्म्याला बद्ध करत नाही, उलट त्याची सर्व बंधने सर्जनशील पद्धतींनी तोडून टाकते.

१४. प्रथम स्वतः संपूर्ण मुक्तावस्था प्राप्त करा. त्यानंतर तुमची इच्छा असेल, तर तुम्ही स्वतःला पुन्हा सीमाबद्ध करू शकता. प्रत्येक कार्यात आपल्यातील समस्त शक्तींचा उपयोग करा.

१५. भलेही लोक तुमची निंदा करोत अथवा स्तुती, लक्ष्मीची तुमच्यावर कृपा असो वा नसो, तुमचा मृत्यू आज होवो अथवा एका युगानंतर, तुम्ही कधीही न्याय मार्गापासून ढळू नका.

१६. हे शक्तिशाली लोकहो, उठा आणि सामर्थ्यशाली बना. कर्म, निरंतर कर्म, संघर्ष, निरंतर संघर्ष! दररोज पवित्र आणि निःस्वार्थी बनण्याचा प्रयत्न करा, सारा धर्म यातच सामावला आहे.

१७. शत्रूला पराजित करण्यासाठी जशी ढाल आणि तलवारीची आवश्यकता असते. तसंच इंग्लिश आणि संस्कृत भाषेचा अभ्यास मन लावून केल्याने ज्ञान आणि विज्ञानाचा योग योग्य होतो.

१८. पावित्र्य, धैर्य आणि प्रयत्नांच्या साहाय्याने सर्व विघ्ने नक्कीच दूर होतात. काही महान कार्ये पूर्ण होण्यासाठी विशिष्ट कालावधी हा जावाच लागतो.

१९. तुम्ही कधीही भयभीत होऊ नका. पवित्र बना, विश्वसनीय बना आणि आज्ञाधारक व्हा. यानेच तुमच्यात महाशक्तीचा संचार होईल.

२०. तुम्ही जर स्वतःच नेता बनून फुशारकी मारू लागलात, तर इतर लोक तुम्हांला मुळीच सहकार्य करणार नाहीत. म्हणूनच जर तुम्हांला पुढे वाटचाल करायची असेल, यशस्वी व्हायचे असेल, तर सर्वप्रथम तुमचा अहंभाव नाहीसा करा.

२१. एखादा मनुष्य तुमच्याजवळ कोणाची निंदा करत असेल, तर त्याच्या बोलण्याकडे पूर्णतः दुर्लक्ष करा. अशा गोष्टी ऐकणे म्हणजेही महापाप होय; ज्या भविष्यात वादविवादाचे कारण ठरतात.

२२. चला, आपण सर्व जण नावलौकिक आणि अधिकारप्राप्तीच्या इच्छेतून मुक्त होऊन कार्य करू या. वासना, क्रोध आणि लोभ या तीन बंधनांतून मुक्त होत नेहमी सत्याची कास धरू या.

२३. एकांतात राहा... कारण एकांतात राहणारा मनुष्य कधी कोणाला विरोध करत नाही, ना त्याला कधी कोणी विरोध करू शकते... तो इतरांच्या शांतीत कधी व्यत्यय आणत नाही आणि इतरही त्याच्या शांतीचा कधी भंग करत नाहीत.

२४. ईश्वर मनुष्यरूपी मंदिरातच निवास करतो, हे जाणून जेव्हा मी प्रत्येक मनुष्यासमोर श्रद्धेसह उभा राहिलो, तेव्हा मला जाणवले, की प्रत्येकाच्या अंतर्यामी एकच ईश्वर आहे... त्या क्षणापासून मी प्रत्येक बंधनातून मुक्त आहे... मला बद्ध करणारी प्रत्येक गोष्ट नष्ट झाली आहे... मी आता स्वतंत्र आहे.

२५. प्रेम म्हणजे विस्तार, तर स्वार्थ म्हणजे संकुचित जीवन! म्हणूनच 'प्रेम' हाच जीवनाचा पाया आहे. प्रेम करणारा मनुष्यच खऱ्या अर्थाने जीवन जगतो, स्वार्थी मनुष्य मात्र मृत्यूला आमंत्रण देतो. ज्याप्रमाणे तुम्ही जगण्यासाठी सहजतेने श्वास घेता, अगदी त्याचप्रमाणे केवळ प्रेमासाठीच प्रेम करा.

२६. एका वेळी केवळ एकच काम करा आणि ते करताना इतर सर्व गोष्टी विसरून केवळ त्याच कामात तुमचा जीव ओता.

२७. मी शेवटच्या श्वासापर्यंत शिकत राहीन; ज्या समाजाने शिकणे बंद केले, तो जिवंतपणीच मृतवत होतो.

२८. जे 'सत्य' आहे, ते निर्भीडपणे लोकांसमोर मांडा, मग त्यामुळे कोणाला त्रास होत असेल तरी बेहत्तर! सत्याच्या प्रखर ज्योतीमुळे 'बुद्धिमान' लोकांचे डोळे

दीपत असतील तरी हरकत नाही. उलट बुद्धिवाद्यांचे अज्ञान सत्याच्या प्रकाशात जितक्या लवकर विलीन होईल, तितके ते उत्तमच!

२९. मनुष्य हाच सर्वोत्तम प्राणी असून, सर्वात श्रेष्ठ देह मानवी देहच आहे. कारण या देहातच मुक्तीची शक्यता आहे. उन्मुक्त अवस्थेच्या शिखरावर पोहोचण्याची व्यवस्था केवळ मनुष्य-देहातच आहे.

३०. ज्या मनुष्याला या जन्मातच मोक्ष हवा आहे, त्याला हजारो वर्षांचे काम एका जन्मातच पूर्ण करावे लागेल. शिवाय तो ज्या युगात जन्मला आहे, त्याच्या कित्येक पटींनी पुढे जावे लागेल. इतर लोक मात्र व्यर्थ गोष्टींतच रमत बसतील.

३१. सांसारिक आयुष्यातील संकटांमुळेच आपण मोहमायावी जगाशी असणाऱ्या आसक्तीतून मुक्त होतो. कारण संसारात बसणारे धक्केच आपल्या अंतर्यामी मुक्तीची इच्छा प्रबळ करतात.

३२. आपण नैतिकदृष्ट्या जितके उन्नत होऊ, तितकाच आपल्याला प्राप्त होणारा अनुभवही उन्नत असेल. शिवाय, त्यामुळेच आपली इच्छाशक्ती तीव्र बनेल.

३३. साधू, संत, दुष्ट, श्रीमंत, दरिद्री असे सर्व प्रकारचे लोक कधी ना कधी मरणारच आहेत. कोणाचेही शरीर चिरकाल टिकणारे नसते. तेव्हा उठा, जागे व्हा आणि अंतर्बाह्य निष्कपट बना. कारण आज चारही दिशांना कपटाचे साम्राज्य आहे. आज चारित्र्याची, दृढतेची गरज आहे. यामुळेच मनुष्य शेवटपर्यंत व्रतस्थ आयुष्य जगू शकेल.

३४. काहीही झाले तरी हतबल होऊ नका. कारण जोवर ईश्वराची तुमच्यावर कृपादृष्टी आहे, तोवर या पृथ्वीवर तुमची उपेक्षा कोण करू शकेल? शेवटचा श्वास घेतानाही निर्भय राहा. सिंहाप्रमाणे निर्भयतेने आणि कमळाप्रमाणे कोमलतेने कार्य करत राहा.

३५. कार्यतत्पर आणि साहसी लोकांनाच भाग्य साथ देते. तेव्हा मागे वळून पाहू नका. आज आपल्याला अपार शक्ती, अमर्याद उत्साह आणि निस्सीम धैर्याची आवश्यकता आहे. कारण आपल्याकडून संपूर्ण विश्वासाठी महान कार्य होणार आहे.

३६. निर्भयतेने काम करा. धैर्यासह स्थिरचित्ताने कार्य करणे, हाच एकमेव मार्ग आहे. पुढे चला आणि संयम, साहस, पावित्र्य, निर्धारित कार्य याच बाबींचे स्मरण करा.

३७. तुमचा जोपर्यंत ईश्वरावर, गुरूंवर, तसेच भक्ती आणि सत्यावर विश्वास असेल, तोपर्यंत तुम्हांला कोणीही हानी पोहोचवू शकत नाही. पण, यांपैकी किमान एका

जरी गोष्टीवर विश्वास नसेल, तर मात्र फार मोठी आपत्ती उद्भवू शकते.

३८. ढोंगीपणा आणि भयगंडापोटी कधीच इतरांची खुशामत करू नका. पावित्र्य आणि शक्तीच्या आधारे नेहमी आपल्या आदर्शांवर दृढ राहा. मग कितीही संकटे आली, तरी संसार तुमच्यासमोर अदबीने झुकेल.

३९. धीर धरा आणि अखेरच्या श्वासापर्यंत विश्वासास पात्र ठरा. आपापसांत भांडणतंटा करू नका. आर्थिक व्यवहारात शुद्धता ठेवा. जोपर्यंत तुमच्यात प्रामाणिकपणा, भक्ती आणि विश्वास आहे, तोपर्यंत तुम्हांला प्रत्येक कार्यात यश मिळेल.

४०. 'पक्षपात' हेच सर्व अनर्थांमागील मूळ कारण आहे. तुम्ही जर काही विशिष्ट लोकांना इतरांहून विशेष वागणूक देत असाल, तर तुमचे हेच वर्तन भविष्यातील कलहाचे कारण ठरू शकते.

४१. आयुष्यात धीरगंभीरतेला निष्पाप बालकाच्या निरागसतेची जोड द्या. सर्वांशी गुण्यागोविंदाने राहा. अहंकाराचा आणि संकुचित सांप्रदायिकतेचा विचारही करू नका. व्यर्थ वादविवाद म्हणजे जणू महापाप होय.

४२. तुमच्या अंतर्यामी जोपर्यंत अखंड उत्साह आणि गुरूंप्रति विश्वास असेल, तोपर्यंत कोणीही तुमच्यावर दबाव टाकू शकत नाही. मी दिवसेंदिवस माझ्या हृदयात शक्तीच्या वृद्धीचा अनुभव घेत आहे.

४३. इतरांवर अवलंबून असणे, हे एका बुद्धिमान मनुष्याचे लक्षण मुळीच नाही. कारण बुद्धिमान मनुष्याला सर्वप्रथम स्वत:च्या पायांवर दृढतेने उभे राहावे लागते. कालांतराने त्याचे जीवन सुरळीत होते.

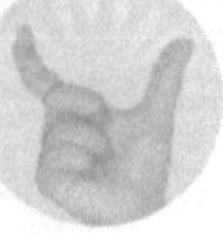

स्वीकार मंत्र मुद्रा

# सरश्री : एक अल्प परिचय

सरश्रींचा आध्यात्मिक शोधाचा प्रवास त्यांच्या बालपणापासूनच सुरू झाला होता. हा शोध सुरू असताना त्यांनी अनेक प्रकारच्या पुस्तकांचा अभ्यास केला. त्याचबरोबर आपल्या आध्यात्मिक शोधात मग्न राहून त्यांनी अनेक ध्यानपद्धतींचा अभ्यास केला. त्यांच्या या शोधाने त्यांना अनेक वैचारिक आणि शैक्षणिक संस्थांमध्ये जाण्यासाठी प्रेरित केले. तरीही अंतिम सत्यापासून ते अद्याप दूरच होते.

सत्यप्राप्तीच्या शोधासाठी जास्तीत जास्त वेळ देता यावा, या तीव्र इच्छेने त्यांना, ते करत असलेले अध्यापनाचे कार्य थांबवण्यास प्रवृत्त केले. जीवनाचे रहस्य समजण्यासाठी त्यांनी बराच काळ मनन करून आपले शोधकार्य सातत्याने सुरू ठेवले. या शोधाच्या शेवटी त्यांना 'आत्मबोध' प्राप्त झाला. आत्मसाक्षात्कारानंतर त्यांना जाणवले, की अध्यात्मातील प्रत्येक मार्ग ज्या एका कडीने जोडलेला आहे, ती कडी आहे 'समज' (Understanding).

सरश्री म्हणतात, 'सत्यप्राप्तीच्या सर्व मार्गांचा आरंभ वेगवेगळ्या प्रकारे होतो, परंतु सर्वांच्या शेवटी मात्र एकच समज प्राप्त होते. ही 'समज'च सर्व काही असून, ती स्वतःच स्वतःत परिपूर्ण आहे. आध्यात्मिक ज्ञानप्राप्तीकरिता या 'समजे'चे श्रवणसुद्धा पुरेसे आहे.' हीच 'समज' प्रदान करण्यासाठी सरश्रींनी 'तेजज्ञान फाउंडेशन'ची निर्मिती केली. तेजज्ञान ही आत्मविकासातून आत्मसाक्षात्कार प्राप्त करण्याची परिपूर्ण ज्ञानप्रणाली आहे.

सरश्रींनी अडीच हजारांहून अधिक प्रवचने दिली आहेत आणि शंभरपेक्षा जास्त पुस्तकांची रचना केली आहे. ही पुस्तके दहाहून अधिक भाषांमध्ये अनुवादित केली गेली असून पेंग्विन बुक्स, हे हाउस पब्लिशर्स, जयको बुक्स, हिंद पॉकेट बुक्स, मंजुल पब्लिशिंग हाउस, प्रभात प्रकाशन, राजपाल ॲण्ड सन्स इत्यादी प्रमुख प्रकाशन संस्थांद्वारे प्रकाशित केली गेली आहेत. सरश्रींच्या मार्गदर्शनाने लाखो लोकांच्या जीवनात परिवर्तन घडले आहे. तसेच, संपूर्ण विश्वाची चेतना वाढवण्यासाठी त्यांनी कित्येक सामाजिक कार्यांची सुरुवातही केली आहे.

# तेजज्ञान फाउंडेशन परिचय

तेजज्ञान फाउंडेशन हा आत्मविकासातून आत्मसाक्षात्कार प्राप्त करण्याचा एक प्रभावी मार्ग आहे. यासाठी सरश्रींद्वारा एक अनोखी बोधप्रणाली (System for Wisdom) निर्माण करण्यात आली आहे. या प्रणालीला आंतरराष्ट्रीय प्रमाणपत्र ISO 9001:2008 चे निकष पडताळून आणि त्यांच्या मार्गदर्शक सूचनांनुसार सरळ, व्यावहारिक आणि प्रभावी बनवले गेले आहे.

या संस्थेच्या प्रबोधनपद्धतीच्या भिन्नभिन्न पैलूंना (शिक्षण, निरीक्षण आणि गुणवत्ता) स्वतंत्र गुणवत्ता परीक्षकांद्वारे (Quality Auditors) क्रमबद्ध पद्धतीने पडताळले गेले आणि त्यानंतर या पैलूंना ISO 9001:2008 साठी पात्र समजून या बोधपद्धतीला हे प्रमाणपत्र प्रदान करण्यात आले आहे.

या फाउंडेशनचे उद्दिष्ट आहे आपणास नकारात्मक विचारांकडून सकारात्मक विचारांकडे अग्रेसर करणे. सकारात्मक विचारांकडून शुभ विचारांकडे म्हणजे हॅपी थॉट्सकडे (विधायक आणि आनंदी विचारांकडे) प्रगती. शुभ विचारांकडून निर्विचार अवस्थेकडे मार्गक्रमण आणि निर्विचार अवस्थेच्या अंती आत्मसाक्षात्कार प्राप्ती शक्य आहे. 'मी सर्व विचारांपासून मुक्त व्हावे' हा विचार म्हणजे शुभ विचार (हॅपी थॉट्स) आणि 'मी सर्व इच्छांतूनमुक्त व्हावे', अशी इच्छा म्हणजे शुभ इच्छा.

'ज्ञान' या शब्दाचा अर्थ सामान्य ज्ञान असा होतो; परंतु तेजज्ञान म्हणजे ज्ञान व अज्ञान या दोहोंच्या पलीकडचे ज्ञान. पुष्कळ लोक सामान्य ज्ञानाच्या (General Knowledge) माहितीलाच ज्ञान मानतात; परंतु अस्सल ज्ञान आणि नुसती माहिती यांत फार मोठे अंतर आहे. आजमितीला लोक सामान्य ज्ञानाच्या उत्तरांनाच जास्त महत्त्व देतात. अशा ज्ञानाचे विषय म्हणजे कर्म आणि भाग्य, योग आणि प्राणायाम, स्वर्ग आणि नरक इत्यादी. आजच्या युगात सामान्यज्ञान प्राप्त करणारे लोक, आणि असा उपदेश करणारे शिक्षक मोठ्या प्रमाणावर आहेत; परंतु अशा ज्ञानाच्या प्राप्तीने जीवनात काही महत्त्वाचे परिवर्तन घडून येत नाही. असे ज्ञान म्हणजे केवळ बुद्धिविलास आहे किंवा अध्यात्माच्या नावावर चाललेला बुद्धीचा व्यायाम आहे.

सर्व समस्यांवरील उपाय आहे तेजज्ञान. क्रोध, चिंता आणि भय यांपासून मुक्त जीवन म्हणजे तेजज्ञान. शारीरिक, मानसिक, सामाजिक, आर्थिक आणि आध्यात्मिक

प्रगतीचा, सर्वांगीण प्रगतीचा मार्ग आहे तेजज्ञान. तेजज्ञान आपल्या अंतरंगात आहे. इथे या आणि या गोष्टीचा अनुभव घ्या.

आपल्याला असे ज्ञान हवे असेल, जे सामान्य ज्ञानापलीकडे आहे, जे प्रत्येक समस्येवरील उत्तर आहे, जे सर्व प्रकारच्या गृहीत धारणांपासून आपल्याला मुक्त करते, ईश्वरी साक्षात्कार घडवते, जे आपणास अंतिम सत्यात स्थापित करते, तर आता वेळ आली आहे शाब्दिक सामान्यज्ञानातून बाहेर पडून तेजज्ञानाचा अनुभव घेण्याची!

आजवर जपतप, तंत्र-मंत्र, कर्म-भाग्य, ध्यान-ज्ञान, योग-भक्ती असे अनेक मार्ग अध्यात्मात सांगितले गेले आहेत. या सर्व मार्गांनी प्राप्त होणारी अंतिम समज, अंतिम ज्ञान, बोध एकच आहे. अंतिम सत्याच्या जिज्ञासूला, साधकाला शेवटी जी एकच 'समज' प्राप्त होते, ती 'समज' श्रवणानेसुद्धा प्राप्त होऊ शकते. अशा समजप्राप्तीसाठी श्रवण करणे यालाच तेजज्ञान प्राप्त करणे म्हटले गेले आहे. तेजज्ञानाच्या श्रवणाने सत्याचा साक्षात्कार घडतो, ईश्वरी अनुभव मिळतो. हेच तेजज्ञान सरश्री महाआसमानी शिबिरात प्रदान करतात.

# महाआसमानी शिबिर (निवासी)

तुम्हाला सर्वोच्च आनंद हवा आहे? असा आनंद, जो कोणत्याही बाह्य कारणावर अवलंबून नाही... जो प्रत्येक क्षणी वृद्धिंगत होतो. या जीवनात तुम्हांला प्रेम, विश्वास, शांती, समृद्धी आणि परमसंतुष्टी हवी आहे का? शारीरिक, मानसिक, सामाजिक, आर्थिक आणि आध्यात्मिक अशा आयुष्याच्या सर्व स्तरांवर यशस्वी होण्याची तुमची इच्छा आहे का? 'मी कोण आहे' हे तुम्हांला अनुभवाने जाणावेसे वाटते का?

तुमच्या अंतर्यामी अशा सर्व प्रश्नांची उत्तरे जाणण्याची इच्छा आणि 'अंतिम सत्य' प्राप्त करण्याची तृष्णा असेल, तर तेजज्ञान फाउंडेशनतर्फे आयोजित 'महाआसमानी शिबिरा'त तुमचे स्वागत आहे. हे शिबिर आजच्या युगातील आध्यात्मिक गुरू सरश्री यांच्या मार्गदर्शनावर आधारित आहे. सरश्री आजच्या लोकभाषेत अत्यंत सहजपणे आध्यात्मिक समज प्रदान करतात.

**महाआसमानी शिबिराचा उद्देश :**

विश्वातील प्रत्येक मनुष्याने 'मी कोण आहे', या प्रश्नाचे उत्तर जाणून तो सर्वोच्च आनंदाच्या अवस्थेत स्थापित व्हावा, हाच या शिबिराचा मुख्य उद्देश आहे. प्रत्येकाला असे ज्ञान प्राप्त व्हावे, जेणेकरून त्याने प्रत्येक क्षणी वर्तमानात जगण्याची कला आत्मसात करावी. तो भूतकाळाचे ओझे आणि भविष्याची चिंता यांतून मुक्त व्हावा. प्रत्येकाच्या आयुष्यात कधीही न संपणारा आनंद आणि योग्य समज यावी. शिवाय, प्रत्येकाने समस्या विलीन करण्याची कला आत्मसात करावी. थोडक्यात, मनुष्यजन्माचा उद्देश सफल व्हावा, हाच या शिबिराचा उद्देश आहे. 'मी कोण आहे? मी येथे का आहे? मोक्ष म्हणजे काय? या जन्मातच मोक्षप्राप्ती शक्य आहे का?' असे प्रश्न जर तुच्या मनात असतील, तर त्यांवरील उत्तर आहे -
'महाआसमानी शिबिर'.

**महाआसमानी शिबिराचे मुख्य लाभ :**

वास्तविक या शिबिराचे लाभ तर असंख्य आहेत; पण त्यांपैकी मुख्य लाभ पुढीलप्रमाणे

- जीवनात शक्तिशाली ध्येय निश्चित होते
- 'मी कोण आहे' हे अनुभवाने जाणता येते (सेल्फ रियलायजेशन)
- मनाचे सर्व विकार विलीन होतात.
- भय, चिंता, क्रोध, बोरडम, मोह, तणाव या नकारात्मक बाबींतून मुक्ती
- प्रेम, आनंद, मौन, समृद्धी, संतुष्टी, विश्वास अशा दिव्य गुणांशी युक्ती
- साधे, सरळ पण शक्तिशाली जीवन जगता येते
- प्रत्येक समस्येचे निराकरण करण्याची कला प्राप्त होते
- 'प्रत्येक क्षणी वर्तमानात जगणे' हा तुचा स्वभाव बनतो

- आपल्यातील सर्व सकारात्मक शक्यता खुलतात
- याच जीवनात मोक्षप्राप्ती होते

**महाआसमानी शिबिरात सहभागी कसे व्हाल ?**

या शिबिरात सहभागी होण्यासाठी तुम्हांला खालील बाबींची पूर्तता करायची आहे -

१) तुमचे वय कमीत कमी अठरा किंवा त्यापेक्षा अधिक असायला हवे.

२) सर्वप्रथम तुम्हाला 'सत्य-स्थापना' (फाउंडेशन टुथ रिट्रीट) शिबिरात सहभागी व्हावे लागेल. या शिबिरात, तुम्ही प्रामुख्याने दोन बाबी शिकाल - प्रत्येक क्षणी वर्तमानात जगण्याची कला कशी आत्मसात करावी आणि निर्विचार अवस्था कशी प्राप्त करावी.

३) प्राथमिक स्तरावर तुम्हाला काही प्रवचने ऐकायची असून, त्यांतून तुम्ही मूलभूत समज आत्मसात कराल आणि महाआसमानी शिबिरात प्रवेश करण्यासाठी तयार व्हाल.

महाआसमानी शिबिर वर्षभरात तीन-चार वेळा आयोजित केले जाते. यात हजारो सत्यशोधक सहभागी होतात. महाआसमानी शिबिराची पूर्वतयारी तुम्ही तेजज्ञान फाउंडेशनच्या नजीकच्या सेंटरवरही करू शकता. महाराष्ट्रात अहमदनगर, सातारा, औरंगाबाद, नाशिक, नागपूर, वर्धा, अमरावती, चंद्रपूर, यवतमाळ, कोल्हापूर, सांगली, रत्नागिरी, लातूर, बीड, नांदेड, परभणी, पनवेल, मुंबई, ठाणे, सोलापूर, पंढरपूर, जळगाव, अकोला, बुलढाणा, धुळे, भुसावळ आणि महाराष्ट्राबाहेर सुरत, अहमदाबाद, बडोदा, नवी दिल्ली, बंगळुरू, बेळगाव, धारवाड, रायपूर, भुवनेश्वर, कोलकाता, रांची, लखनौ, कानपूर, चंदीगढ, जयपूर, चेन्नई, पणजी, म्हापसा, भोपाळ, इंदोर, इटारसी, हरदा, विदिशा, बऱ्हाणपूर या ठिकाणी महाआसमानी शिबिराची पूर्वतयारी करू शकता.

तेजज्ञान फाउंडेशनमध्ये उपलब्ध असणाऱ्या सरश्री लिखित पुस्तकांचे वाचन करून किंवा सरश्रींच्या प्रवचनांच्या सीडीज ऐकूनही तुम्ही या शिबिराची पूर्वतयारी करू शकता. याशिवाय, तुम्ही टीव्ही, रेडिओ किंवा यू-ट्युबवरील सरश्रींच्या प्रवचनांचा लाभही घेऊ शकता. पण लक्षात घ्या, पुस्तकांतील ज्ञान, सीडी, टीव्ही, रेडिओ आणि यू-ट्युबवरील प्रवचने म्हणजे 'तेजज्ञानाची तोंडओळख' आहे; 'संपूर्ण तेजज्ञान' मुळीच नाही. तुम्ही महाआसमानी शिबिरात सहभागी होऊनच तेजज्ञानाचा आनंद घेऊ शकता. तेव्हा आगामी महाआसमानी शिबिरात सहभागी होण्यासाठी आजच संपर्क करा - ०९९२१००८०६०/ ७५, ९०११०१३२०८

**महाआसमानी शिबिरस्थान :**

हे शिबिर पुण्यातील मनन आश्रम येथे आयोजित केले जाते. येथे तुच्या निवासाची आणि भोजनाची व्यवस्था केली जाते. तुम्हाला काही शारीरिक व्याधी असतील आणि त्यासाठी जर तुम्ही नियमितपणे औषधे घेत असाल, तर शिबिरात येताना ती सोबत बाळगावीत. शिवाय, वातावरणानुसार गरम कपडे, स्वेटर, ब्लँकेटही आणावे. पुणे शहरापासून १७ किलोमीटर अंतरावर निसर्गरम्य परिसरात मनन आश्रम वसलेला आहे. आश्रमात महिला आणि पुरुष यांच्या निवासाची स्वतंत्र व्यवस्था असून येथे जवळपास ८०० लोकांच्या राहण्याची व्यवस्था आहे. आपण हवाईमार्ग, हायवे किंवा रेल्वे अशा कोणत्याही मार्गाने पुण्यात येऊ शकता.

**मनन आश्रम :**

मनन आश्रम, पुणे, सर्व्हे नं. ४३, सणस नगर, नांदोशी गाव, किरकटवाडी फाटा, तालुका हवेली, जिल्हा पुणे- ४११०२४. फोन : ०९९२१००८०६०

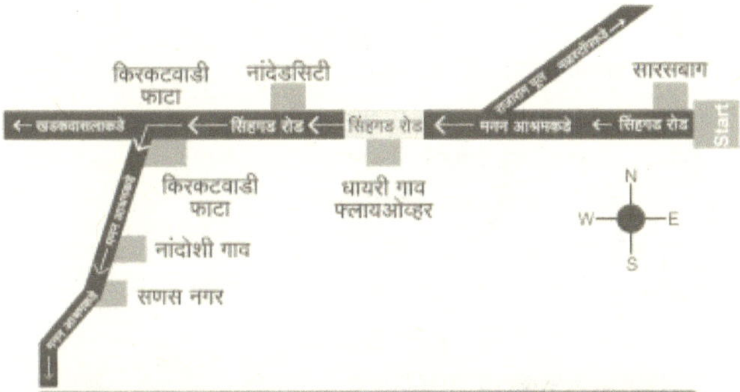

## बेस्टसेलर पुस्तक 'विचार नियम'चे रचनाकार सरश्री यांची अन्य श्रेष्ठ पुस्तके

१. **आध्यात्मिक विकास साधण्यासाठी या पुस्तकांचा अवश्य लाभ घ्यावा :**
- जीवनाची दोन टोकं : ध्यान आणि धन
- मांजर आडवं गेले तर : चुकीच्या धारणांतून मुक्ती
- अंतर्मनाच्या शक्तीपलीकडील आत्मबळ
- ध्यान दीक्षा : ध्यानाचे दान : 'स्व' साक्षीचे ज्ञान
- ध्याननियम : आध्यात्मिक उन्नतीचा दिव्यमार्ग
- मृत्यू उपरांत जीवन : मृत्यू मोका की धोका
- मृत्यू अंत नव्हे वाटचाल... पारटूचे रहस्य
- ईश्वर कोण मी कोण : आत्मसाक्षात्काराचा मार्ग
- तुझी इच्छा तीच माझी इच्छा : भक्ती वरदान

२. **स्व-विकासासाठी या पुस्तकांचा लाभ घ्यावा :**
- विचार नियम : आपल्या यशाचे रहस्य
- विकास नियम : आत्मसंतुष्टीचे रहस्य
- सन ऑफ बुद्धा या कथेतून जाणा : मुलांचा विकास कसा करावा?
- आळसावर मात : उत्साही जीवनाची सुरुवात
- आत्ममनोबल प्राप्त करण्याच्या सात शक्ती : मनासारखं लक्ष्य कसं प्राप्त कराल?
- स्वसंवाद एक जादू : आपला रिमोट कंट्रोल कसा प्राप्त करावा?
- बोरडम, मोह, अहंकार यांपासून मुक्ती : सूक्ष्म विकारांवर विजय
- रचनात्मक विचारसूत्र : नावीन्यपूर्ण विचारांद्वारे जीवन बदलण्याचा मार्ग
- महापुरुषांच्या लेखणीतून...
- सुगंध नात्यांचा : सोनेरी नियमाची किमया

३. **युवकांनी या पुस्तकांचा लाभ घ्यावा :**
- स्वामी विवेकानंद : भारतातील गुरू-शिष्य परंपरेची मशाल
- आजच्या युवा पिढीसाठी : विचार नियम फॉर यूथ
- नींव नाइन्टी फॉर टीन्स : बेस्ट कसे बनाल?
- श्रीरामांकडून काय शिकाल : नवरामायण फॉर टीन्स

४. **या पुस्तकांद्वारे प्रत्येक समस्येचे समाधान प्राप्त करा**
- स्वीकाराची जादू : त्वरित आनंद कसा प्राप्त करावा?
- भय, चिंता आणि क्रोध यांपासून : मुक्ती

५. **या आध्यात्मिक कादंबऱ्यांद्वारे जीवनाचे गूढ रहस्य जाणा**
- योग्य कर्मांद्वारे यशप्राप्ती : सन ऑफ बुद्धा
- शोध स्वत:चा : In Search of Peace
- पृथ्वी लक्ष्य : मृत्यूचे महासत्य
- दु:खात खूश राहण्याची कला : संवाद गीता

www.ingramcontent.com/pod-product-compliance
Lightning Source LLC
LaVergne TN
LVHW100842051026
849519LV00006B/2398
* 9 7 8 9 3 8 6 2 0 4 3 5 6 *